ग्रेट इंडियन आर्मी हिरो मराठी

D9900028

मनोज डोळे

भारतीय सैन्याचा प्रतिष्ठित इतिहास दहा हजार वर्षांहून अधिक जुना आहे. 'रामायण' आणि 'महाभारत' ही दोन भव्य महाकाव्ये भारतीय सैन्याची इमारत ज्या मूलभूत चौकटीभोवती बांधली गेली आहेत.

उत्तर-मध्य भारतातील कुरुक्षेत्र येथे लढलेल्या 'महाभारत' या महायुद्धाने भारतीय मानसावर अमिट छाप सोडली आहे. शांततेच्या शोधात अठरा दिवस अथकपणे लढले, महाकाव्यात वर्णन केलेल्या शक्ती स्तरावर 18 'अक्षौनी', 'पांडवांसह सात' आणि 'कौरवांसह अकरा' असे सुमारे 400,000 विविध सैन्य रथ, घोडे, हत्ती आणि पायदळ सैनिक.

त्यानंतर असंख्य युद्धे लढली गेली असली तरी, बहुतेक युद्धे सार्वत्रिक शांतता आणि 'धर्मा'च्या शोधात होती. जेव्हा शांतता धोक्यात आली तेव्हाच शस्त्रांचा अवलंब केला गेला. खरं तर 'शांती' हा शब्द भारतीय तत्त्वज्ञानाचा गाभा आहे, ज्याचा शोध भारतातील 'यजुर्वेद' म्हणून ओळखल्या जाणाऱ्या प्राचीन धर्मग्रंथांपैकी एक आहे. हे श्लोकात सांगितले आहे, ज्याचे इंग्रजी भाषांतर असे आहे - "मे द आकाश शांततामय होवो; वातावरण शांत असावे; पृथ्वी शांत होवो; आपल्यावर शाश्वत शांती येवो."

भारताचा पुरातत्व इतिहास BC 2500 पेक्षा जास्त काळाचा आहे, जेव्हा सिंधू संस्कृती म्हणून ओळखली जाणारी नागरीकृत सभ्यता सिंधू नदीच्या काठावर, उत्तर - पश्चिमेकडील मैदानी प्रदेशात विकसित झाली. लोथल आणि द्वारका या किनारी शहरांसारखेच निष्कर्ष गुजरातच्या किनारपट्टीवर अलीकडेच समोर आले. तथापि, मोहेंजोदारो आणि हडप्पा येथील सिंधू संस्कृतीची दोन शहरी केंद्रे BC दुस-या सहस्राब्दीमध्ये हळूहळू कमी होत गेली आणि नद्या कोरडे पडणे आणि दुष्काळ यासारख्या पर्यावरणीय कारणांमुळे BC 1500 च्या आसपास जवळजवळ पूर्णपणे विघटित झाली. महापुरामुळे

किनारपट्टीवरील शहरांचे विघटन झाले.

अशा सभ्यता हळूहळू नष्ट झाल्यामुळे, हिंदूकुश पर्वतांमधून उत्तर-पश्चिम आक्रमणाचा मार्ग शतकानुशतके असुरक्षित राहिला आणि हळूहळू अनेक लोक आणि जमाती चांगल्या आर्थिक संभावनांसाठी ओलांडण्यात यशस्वी झाल्या. भारतीय उपखंडात आशियाई-युरोपियन लोकांच्या किंवा आर्यांच्या आक्रमणाचे खंडन करणाऱ्या अलीकडील अनेक ऐतिहासिक निष्कर्षांसह, भारताचा लष्करी इतिहास इसवी सनपूर्व ६ व्या शतकाचा आहे, ज्यामध्ये काही अधिक युद्धखोर शक्तींचा समावेश आहे. पर्शियन, ग्रीक, तुर्क, हूण, मंगोल वगैरे लोक उत्तर-पश्चिम मार्गाने भारताच्या अधिक सुपीक आणि जलोढ मैदानात गेले.

आक्रमक सैन्यांमधील सुरुवातीच्या संघर्षांबद्दल तुटपुंजे तपशील उपलब्ध असले तरी, पुरावे असे दर्शवतात की काही आक्रमणकर्त्यांनी हळूहळू पश्चिम भारतावर कब्जा मिळवला आणि भारत - गंगेच्या मैदानावर आपली पकड मजबूत केली आणि या प्रक्रियेत अनेक स्थानिक आदिवासी राज्ये खड्ड्यांमधून ताब्यात घेतली. लढाया त्यांची पुढील दक्षिणेकडे वाटचाल सामान्यतः विंध्य पर्वताच्या जंगलामुळे थांबली होती. याशिवाय, पश्चिम किनारपट्टी आणि दख्खनच्या पठारावरील काही भाग डोंगराळ आणि विरळ होते - लोकांच्या लक्षणीय शरीराच्या हालचालींसाठी अयोग्य. तथापि, या विस्तीर्ण क्षेत्राने मराठ्यांसारख्या सैल लढाऊ योद्ध्यांनी आक्रमणाविरूद्ध प्रतिकार करण्यास अनुकूलपणे स्वतः ला दिले, जे नंतर गणना करण्यासाठी एक शक्ती बनले. भारतातील युद्धाची दुसरी प्रमुख पूर्वस्थिती ही हवामानाची होती आणि अजूनही आहे. जून ते सप्टेंबर दरम्यानच्या पावसाळ्यामुळे सैन्याची हालचाल जवळजवळ अशक्य झाली. प्रचारासाठी सर्वोत्तम हंगाम नेहमीच

ऑक्टोबर आणि नोव्हेंबर होता, जेव्हा पिके पिकलेली होती, वनौषधी हिरवीगार होती आणि देशाबाहेर राहणे शक्य होते.

परकीय आक्रमणांदरम्यान, उत्तरेकडील युद्धे हे राजे आणि श्रेष्ठ लोकांचे खेळ बनले आणि वायव्येकडील नवीन आक्रमणकर्त्याने मैदानात प्रवेश केल्यावर क्वचितच अस्तित्वाचा राष्ट्रीय संघर्ष बनला.

मूळ जमातींचे सैन्य बहुतेक पायदळ सैनिकांनी बनलेले होते, नंतर त्यांना पायदळ म्हणून ओळखले जाते. धनुष्यबाण ही त्यांची प्रमुख शस्त्रे होती. घोडे घाबरत असल्याने घोडदळ अस्तित्वात नव्हते. सुमारे 537 बीसी पर्शियाचा सायरस आधुनिक पेशावरच्या प्रदेशात पोहोचला आणि त्याचा उत्तराधिकारी डॅरियसने उत्तर-पश्चिम पंजाबचा काही भाग जिंकला. त्यांच्या आक्रमणांमुळे भारतीयांना घोडदळाचे महत्त्व आणि उपयोगिता कळली, तथापि भारतीय हवामान परिस्थिती चांगल्या घोड्यांच्या प्रजननासाठी अनुकूल नव्हती आणि म्हणून राजे आणि श्रेष्ठांचे युद्ध रथ ओढण्यासाठी राखीव होते. त्यामुळे युद्धाचे निर्णायक शस्त्र म्हणून पायदळावर अवलंबून राहिले. योद्धे हे समाजातील सर्वात सन्माननीय आणि अग्रगण्य वर्ग होते.

युद्धांची सहसा मर्यादित उद्दिष्टे होती आणि जगातील इतर ठिकाणांपेक्षा खूपच कमी क्रूरतेने लढली गेली. क्वचितच स्थानिकांनी विजयानंतर सामूहिक कत्तल केली. युद्धाच्या अशा शौर्यपूर्ण आणि ऐवजी कर्मकांडाच्या आचरणामुळे कमी वक्तशीर आक्रमणकर्त्यांनी जिंकणे सोपे केले.

भारतीय राजकीय इतिहासातील पहिली निश्चितपणे नोंदलेली वस्तुस्थिती म्हणजे ख्रिस्तपूर्व ३२७-६ दरम्यान अलेक्झांडर द ग्रेटच्या नेतृत्वाखाली ग्रीक लोकांनी केलेले आक्रमण. हिंदुकुश पर्वत ओलांडल्यानंतर, अलेक्झांडरने तक्षशिला शहर काबीज केले आणि

झेलमच्या लढाईत भारताचा राजा पोरस याचा पराभव केला, किंवा ग्रीकांनी उल्लेख केल्याप्रमाणे हायडेस्पेस. पोरसच्या अधिपत्याखालील सैन्यात अजूनही रथ हे एक मोठे सैन्य होते, ते कातड्याच्या थाळ्यांनी बांधलेले आणि दोन घोड्यांद्वारे काढलेले लाकडी स्ट्रट्सचे होते. प्रत्येक रथात एक चालक आणि एक धनुष्यबाण होता. काही वजनदार रथांमध्ये चार घोडे होते आणि त्यांना सहा जण वाहून नेले होते, त्यापैकी दोन ढाल वाहक होते, दोन धनुर्धारी होते आणि दोन ड्रायव्हर होते जे युद्धाच्या वेळी भालाफेक करणारे देखील होते. झेलम येथील रथ चिखलात अडकल्याने चांगले चालले नाही. राजा पोरस स्वतः हत्तीवर स्वार होऊन युद्धाला आला होता. भारत जिंकण्यासाठी आलेल्या अलेक्झांडर सारख्या आक्रमकांनी स्थानिक लष्करी चालीरीती आणि तेथील नागरी संस्कृतीचे कौतुक केले आणि स्वीकारले. नवीन राज्ये आणि काही युती लवकरच तयार झाली, परंतु ते आणखी परकीय आक्रमणकर्त्यांविरूद्ध अत्यंत अपुरे ठरले.

प्राचीन भारतातील राजकारण आणि साहित्यात युद्धे सर्वात प्रमुख होती. अधूनमधून चंद्रगुप्त मौर्यासारखे महान राजे भारतातील बहुतेक लोकांना वश करण्यात आणि एकत्र करण्यात यशस्वी झाले. 300 ईसापूर्व ते 100 इसवी सन या कालखंडाशी संबंधित कौटिल्याचे 'अर्थशास्त्र' यासारखी राज्यकलेची हस्तपुस्तिका, राज्य धोरणाचे साधन म्हणून युद्धाचे महत्त्व दर्शवते. 'अर्थशास्त्र' हा लष्करी इतिहासातील आतापर्यंतचा सर्वात महत्त्वाचा दस्तऐवज आहे. हा सरकार, कायदा आणि युद्धाच्या सुरुवातीच्या संकल्पनांवर एक संपूर्ण ग्रंथ आहे. त्याच्या लष्करी विभागात सैन्याची रचना आणि रचना, शस्त्रे आणि सेवांची भूमिका आणि कार्य, प्रशिक्षण संकल्पना आणि पद्धती, विविध लष्करी कार्यकर्त्यांची कर्तव्ये, सामरिक आणि सामरिक संकल्पना, बचावात्मक तटबंदी, मोठ्या सैन्याचे नेतृत्व

आणि व्यवस्थापन यांचा समावेश आहे.

चंद्रगुप्त मौर्याच्या काळात, हूणांसारखे मध्य आशियाई आक्रमणकर्ते, ज्यांनी त्यांच्या काळात ज्ञात सुसंस्कृत जगाचा एक मोठा भाग उद्ध्वस्त करून लुटला होता, त्यांना रोखले गेले होते. चंद्रगुप्ताने मॅसेडोनियन्सच्या अवशेषांचा पराभव केला आणि पहिले महान राजवंश मौर्य साम्राज्य स्थापन केले. चंद्रगुप्ताने साम्राज्याच्या व्याप्तीत भर घातली आणि एक मोठे, कायमस्वरूपी उभे असलेले सैन्य सांभाळणारा तो पहिला होता. बिंदूसाराने साम्राज्याचा विस्तार केला आणि अशोकाने मौर्य साम्राज्याला त्याच्या सामर्थ्याच्या आणि वैभवाच्या उंचीवर आणले. कलिंग युद्ध हे त्यांच्या आयुष्याला कलाटणी देणारे ठरले. यानंतरच अशोकाने तलवारीचा त्याग केला आणि बौद्ध धर्म स्वीकारला, जो त्याने आपल्या शिष्य आणि दूतांद्वारे दूरवर पसरवला.

याच काळात युद्धभूमीवर हत्तींनी हजेरी लावली आणि ते सतराव्या शतकापर्यंत भारतीय योद्धे वापरत राहिले. मौर्यांचे उभे सैन्य पायदळावर आधारित असले तरी त्यात 30,000 घोडदळ, 8,000 रथ आणि 9,000 हत्ती होते. घोडदळ चांगले प्रशिक्षित होते आणि त्यांना एका बाजूने हल्ला करण्यासाठी आणि ताब्यात घेतलेल्या पोझिशन्सचे शोषण करण्यासाठी नियुक्त करण्यात आले होते. आगाऊ दरम्यान त्यांनी पुढील, बाजू आणि मागील संरक्षण केले. संरक्षणात त्यांना राखीव ठेवण्यात आले होते आणि आक्रमण करणार्‍या सैन्याला त्रास देण्यासाठी आणि शत्रूच्या आक्रमणाचा पराभव झाल्यावर त्यांचा पाठलाग करण्यासाठी त्यांचा वापर केला जात असे. हत्तीसोबत वापरले जाणारे प्रमुख शस्त्र धनुष्य आणि बाण होते, ज्याला भाला आणि भाले जोडलेले होते.

मौर्य साम्राज्याने शांतता पुनर्संचयित केल्यानंतर, शांततावादी संस्कृतीने बौद्ध धर्माचा भारतापासून अफगाणिस्तान, तिबेट, बर्मा, चीन, इंडो चीन, जपान आणि इंडोनेशियन द्वीपसमूहात प्रसार केला, अधिक नैतिक पूर्वाग्रह होता आणि अहिंसेचा उपदेश केला. असुरक्षित उत्तर-पश्चिमेकडील एकत्रित आक्रमणांना विरोध करण्यासाठी या प्रकारच्या आध्यात्मिक 'विजया'मध्ये प्रादेशिक एकता आणि राजकीय एकतेचा अभाव होता.

गुप्त साम्राज्याचा 'सुवर्णयुग' 320-550 AD च्या दरम्यान पुनर्संचयित झाला. धर्म, शिक्षण, गणित, विज्ञान, कला, वैदिक आणि संस्कृत साहित्य आणि नाट्यक्षेत्रात या काळातील सर्वात लक्षणीय कामगिरी होती. हर्षवर्धनने भारताचे वैभव पुनर्संचयित केले आणि उत्तर भारत पुन्हा एकदा एकत्र आला. 1000 मध्ये अनेक वर्षांच्या शांतता आणि समृद्धीचा ताण जाणवू लागला आणि भारतीय सभ्यता आत्मसंतुष्ट झाली. अशा प्रकारे भारतीय प्राचीन इतिहासातील आणखी एक महान अध्याय, इस्लामिक आक्रमकांचे आगमन.

उत्तर भारत आता परकीय शक्तींच्या नवीन अध्यायाशी झुंज देत असताना, दक्षिण भारतातील चोलांनी 985-1054 AD दरम्यान त्यांच्या प्रादेशिक लष्करी सामर्थ्याचा अंदाज लावला. नौदलाची जहाजे कोरोमंडल किनाऱ्यावरून, पूर्व भारतीय द्वीपकल्पासह श्रीलंकेपर्यंत आणि थेट मलायन द्वीपकल्प, जावा, सुमात्रा आणि बोर्नियो येथे गेली. त्यानंतर चोल राजांनी पूर्वेकडे थायलंड आणि व्हिएतनामपर्यंत आपली पकड वाढवली. हे विजय अधिक व्यापारावर आधारित होते आणि तलवारीने जिंकण्याऐवजी हिंदू संस्कृतीचा प्रसार दर्शविते. कालांतराने भारतीय कला, सांस्कृतिक आणि धार्मिक प्रभाव या देशांमध्ये पसरला जेथे ते आजपर्यंत टिकून आहेत.

उत्तरेकडे परत येताना, तुर्कीचा भारताचा विजय निश्चित नमुन्यात विकसित झाला. दहाव्या शतकात सुरू झालेली ही हळूहळू प्रक्रिया होती. तुर्क सीमा ओलांडून छापे टाकून सुरुवात करतील. हे आक्रमणांमध्ये विकसित झाले ज्या दरम्यान सर्वात जवळचा भारतीय राजा खडतर युद्धात पराभूत झाला. पहिला विजय पुढील एकासाठी स्प्रिंगबोर्ड म्हणून वापरला गेला. ही प्रक्रिया सतराव्या शतकात सुरू झाली जेव्हा आसामच्या घनदाट जंगलातील आदिवासींनी आक्रमक सैन्याला थोपवले.

उच्च तंत्रज्ञानावर आधारित अचूक शस्त्रास्त्रांच्या ओतण्याने भविष्यातील युद्धाची मारक क्षमता अनेक पटींनी वाढवली आहे. धोक्याचे स्पेक्ट्रम आण्विक ते पारंपारिक आणि असममित आहे, दहशतवाद हायड्रा-डोकेड राक्षसासारखा उदयास येत आहे. यामध्ये हवामानातील कठोरता म्हणजे हिमनदीची उंची आणि अत्यंत थंड, घनदाट पर्वतीय जंगले आणि वाळवंटातील उष्णता आणि सिमूम यांची भर पडते. असे प्रयत्नशील वातावरण आहेत ज्यामध्ये एक सैनिक काम करतो. तथापि, अशा आव्हानांचा सामना करणाऱ्या सैनिकासाठी आणि कर्तव्याच्या पलीकडे जाणे हा दुसरा स्वभाव आहे. जीवनातील अशांतता आणि गोंधळांना त्याच्यासाठी एक विशेष चव आहे. ज्यांना युद्ध किंवा युद्धासारख्या वातावरणाचा सामना करावा लागत नाही त्यांच्यासाठी ही चव कल्पनेच्या पलीकडे आहे. भारतीय सैन्यातील सैनिक अनेक मूल्यांच्या संचाने ओतप्रोत आहे ज्यामुळे सैनिक स्वेच्छेने अनेक आव्हाने आणि अडचणींचा सामना करू शकतो आणि जेव्हा कॉल येईल तेव्हा राष्ट्रसेवेसाठी अंतिम बलिदान देऊ शकतो. सर्व सैनिकांमध्ये यशस्वी होण्याच्या अतूट इच्छाशक्तीने, त्यांची गंभीर जबाबदारी स्वीकारणे आणि इतरांसाठी आपले प्राण देण्याची अविचल क्षमता असलेल्या सैन्याचे लोकाचार रुजलेले आहेत; त्या बदल्यात देश त्यांची आणि त्यांच्या कुटुंबाची काळजी घेईल असा

विश्वास आहे. अनेक वर्षांच्या प्रशिक्षणातून सैनिकामध्ये रुजलेली सैन्याची मूल्ये आहेत.

एस्पिरिट-डी-कॉर्प्स ही जात, पंथ किंवा धर्माची पर्वा न करता शूरांच्या सोबती आणि बंधुत्वाची भावना. "सर्वांसाठी एक आणि सर्वांसाठी एक" हे ब्रीदवाक्य आहे!

निःस्वार्थ बलिदानाचा आत्मा परंपरा कधीही प्रश्न विचारण्यासाठी नाही, परंतु तीन "Ns" साठी करा किंवा मरणे; नाम, म्हणजे नाव-सन्मान- युनिट/सेना/राष्ट्राचा, 'नमक' (मीठ) म्हणजे राष्ट्राप्रती निष्ठा, आणि 'निशान', म्हणजे त्याच्या युनिट/रेजिमेंट/सेना/राष्ट्राचे चिन्ह किंवा ध्वज जे सैनिक धारण करतात. स्वेच्छेने तरंगणे.

मोठ्या संकटांशी लढताना किंवा खात्रीशीर मृत्यूला सामोरे जात असतानाही लढाईत आणि शत्रूचा सामना करताना शौर्य निर्भयता.

भेदभाव न करता भारतीय सैन्य जात, पंथ किंवा धर्म यांवरून भेदभाव करत नाही. सैनिक हा आधी सैनिक असतो आणि बाकी काही नंतर. तो एका सामान्य छताखाली प्रार्थना करतो. हे अनोखे पात्र आहे, जे त्याला एवढी विविधता असूनही संघात बांधून ठेवते.

निष्पक्षता आणि प्रामाणिकपणा प्रामाणिकपणा आणि निष्पक्ष खेळाचा आत्मा. तो एका न्याय्य कारणासाठी लढतो जो अगदी शत्रूपर्यंत (कैदी किंवा जखमी) असतो.

शिस्त आणि सचोटी शिस्त आणि सचोटी सर्व परिस्थितीत देशभक्ती, प्रामाणिकपणा आणि धैर्याची भावना देते, अन्यथा प्रक्षोभक कितीही मजबूत असो.

निष्ठा, सन्मान आणि धैर्य हा असा माणूस आहे ज्याच्या खांद्यावर आपल्या राष्ट्राचा सन्मान आणि अखंडता आहे. त्याला माहित आहे की तो संरक्षणाची शेवटची ओळ आहे आणि तो राष्ट्राला अपयशी करू शकत नाही.

अनादरासाठी मृत्यू सैनिकांमधील जवळचे बंधन त्यांना अपमानासाठी मृत्यू निवडण्यास भाग पाडते. कुळ / युनिटमधील 'इज्जत' (सन्मान) ही संकल्पना त्यांना मृत्यूचे भय टाळण्यास सक्षम करते; समवयस्क गटात भ्याड म्हणणे हे मृत्यूपेक्षा भयंकर आहे.

प्रामाणिकपणा सैनिकाने स्पष्ट असणे आवश्यक आहे, कारण त्याच्या शब्दावर तो ज्या माणसांचे नेतृत्व करतो ते का विचार न करता आपले प्राण द्यायचे.

ही मूल्ये प्रत्येक सैनिकामध्ये सेवेची वृत्ती निर्माण करतात. या श्रद्धेचा आत्मा आहे, जो प्रत्येक अधिकाऱ्यामध्ये रुजलेला आहे जो त्याला त्याच्या माणसांसोबत सौहार्दाच्या अतूट बंधनात बांधतो. आपल्या देशाची सुरक्षा, सन्मान आणि कल्याण प्रथम येत नेहमी आणि प्रत्येक वेळी.

भारतीय सैन्यातील सर्वात मोठी बंधनकारक शक्ती ही युनिट एकसंधता आणि परंपरा आहे. शतकानुशतके दिलेले एकक ओळख आणि बलिदानाच्या शौर्याचे हे मिश्रण खरोखरच महत्त्वाचे आहे. एका क्षणी, विजय किंवा पराभव अप्रासंगिक बनतो. काय महत्त्वाचे आहे - युनिट मोजले आहे का?

भारतीय सैन्याने आपल्या शौर्य, वीरता, बलिदान आणि धैर्याच्या परंपरेचे पालन केले आहे. हे सीमेवर जागरुक आहे, जागरुक आहे, कोणत्याही बलिदानासाठी तयार आहे जेणेकरून देशातील लोक

शांततेने आणि सन्मानाने जगू शकतील. भारतीय सैन्य म्हणजे ते आणि बरेच काही.

सैनिकाचे जीवन खरोखर कसे असते याचा कधी विचार केला आहे? भारताचे शूरवीर हे भारतीय लष्कराच्या सर्वात प्रसिद्ध अधिकाऱ्यांपैकी एक दुर्मिळ आतील खाते आहे. या पुस्तकात मृत्यूला आळा घालणाऱ्या ऑपरेशन्स आणि धाडसी सर्जिकल स्ट्राइक, भारताचा सर्वोच्च लष्करी सन्मान कसा जिंकला गेला याबद्दलच्या कथा लिहिले आहे. लढाईत सक्षम होण्यासाठी प्रखर प्रशिक्षण सैनिकांना घ्यावे लागते, नियंत्रण रेषेवरील जीवन खरोखर कसे असते आणि त्यांच्यासाठी अंतिम बलिदान देणाऱ्या तरुणांचे जीवन या गोष्टी सांगितल्या आहेत. देश पान टर्निंग, थरारक आणि हृदय पिळवटून टाकणारे, तुम्हाला भारतीय सैन्य आणि आमचे सैनिक जवळून दिसतील, जसे तुम्ही यापूर्वी कधीही पाहिले नसेल.

अनुक्रमणिका

अनुक्रमणिका

प्रस्तावना

सैनिकाचे जीवन खरोखर कसे असते याचा कधी विचार केला आहे? भारताचे शूरवीर हे भारतीय लष्कराच्या सर्वात प्रसिद्ध अधिकाऱ्यांपैकी एक दुर्मिळ आतील खाते आहे. या पुस्तकात मृत्यूला आळा घालणाऱ्या ऑपरेशन्स आणि धाडसी सर्जिकल स्ट्राइक, भारताचा सर्वोच्च लष्करी सन्मान कसा जिंकला गेला याबद्दलच्या कथा लिहिले आहे. लढाईत सक्षम होण्यासाठी प्रखर प्रशिक्षण सैनिकांना घ्यावे लागते, नियंत्रण रेषेवरील जीवन खरोखर कसे असते आणि त्यांच्यासाठी अंतिम बलिदान देणाऱ्या तरुणांचे जीवन या गोष्टी सांगितल्या आहेत. देश पान टर्निंग, थरारक आणि हृदय पिळवटून टाकणारे, तुम्हाला भारतीय सैन्य आणि आमचे सैनिक जवळून दिसतील, जसे तुम्ही यापूर्वी कधीही पाहिले नसेल.

1

कॅप्टन मनोज कुमार पांडे

कॅप्टन मनोज कुमार पांडे

Indian Army

Scan for Story Videos - www.itibook.com

कॅप्टन मनोज कुमार पांडे, PVC (25 जून 1975, सीतापूर, उत्तर प्रदेश - 2/3 जुलै 1999, काश्मीर), हे भारतीय लष्कराच्या 1/11 गुरखा रायफल्सचे अधिकारी होते, त्यांना मरणोत्तर भारताचा सर्वोच्च लष्करी सन्मान, परम प्रदान करण्यात आला. प्रतिकूल काळात त्यांच्या धाडसी धैर्यासाठी आणि नेतृत्वासाठी वीर चक्र. कारगिलमधील बटालिक सेक्टरमधील जुबर टॉप, खालुबार हिल्स येथे झालेल्या हल्ल्यात त्यांचा मृत्यू झाला.

IC 56959W कॅप्टन मनोज पांडे, PVC हे उत्तर प्रदेशातील सीतापूरचे होते. ते लखनौमध्ये राहणारे छोटे व्यापारी श्री गोपीचंद पांडे यांचे पुत्र होते. ते त्यांच्या कुटुंबातील ज्येष्ठ होते. त्यांचे शिक्षण सैनिक स्कूल, लखनौ, उत्तर प्रदेश आणि राणी लक्ष्मीबाई मेमोरियल वरिष्ठ माध्यमिक विद्यालयात झाले. विशेषत: बॉक्सिंग आणि बॉडी बिल्डिंगसह खेळांमध्ये त्याला प्रचंड रस होता. नॅशनल डिफेन्स अकादमीतून 90 व्या अभ्यासक्रमात ते उत्तीर्ण झाले आणि MIKE स्क्वॉड्रनमध्ये राहिले. त्याला गुरखा रायफल्समध्ये सामील व्हायचे होते आणि त्याने भारतीय सैन्याच्या 1/11 गुरखा रायफल्समध्ये कमिशन घेतले. त्याच्या निवडीपूर्वी, त्याच्या सर्व्हिसेस सिलेक्शन

बोर्डाच्या (एसएसबी) मुलाखतीदरम्यान, मुलाखतकाराने त्याला विचारले, "तुला सैन्यात का सामील व्हायचे आहे?" त्याने लगेच उत्तर दिले, "मला परमवीर चक्र जिंकायचे आहे." कॅप्टन मनोज कुमार पांडे यांनी त्यांच्या म्हणण्यानुसार देशाचा सर्वोच्च शौर्य सन्मान पण मरणोत्तर जिंकला.

कारगिल युद्धात त्यांनी 11 जून 1999 रोजी बटालिक सेक्टरमध्ये घुसखोरांना माघारी धाडले. मोक्याच्या ठिकाणामुळे महत्त्वाचा मानला जाणारा जुबार शिखर काबीज करण्यासाठी त्याने आपल्या माणसांचे नेतृत्व केले. त्वरीत परिस्थितीचा आकार घेत, तरुण अधिकाऱ्याने आपल्या पलटणचे नेतृत्व एका अरुंद, विश्वासघातकी कड्यावर केले ज्यामुळे शत्रूच्या स्थानावर पोहोचले. उद्दिष्ट पूर्ण असतानाही शत्रूने भारतीय सैनिकांवर गोळीबार करून भारतीय हल्ला प्रभावीपणे रोखला. प्रचंड धैर्य दाखवत, तो त्याच्या सैन्याच्या पुढे गेला आणि गोळ्यांच्या गारव्याने शत्रूवर जोरदार हल्ला चढवला.

खांद्याला आणि पायाला दुखापत झाली असली तरी, त्याने पहिल्या बंकरमध्ये जाईपर्यंत त्याच्या एकाकी चार्जवर गंभीर दृढनिश्चयाने दाबले. मग हात-हाताच्या भयंकर लढाईत त्याने दोन शत्रूंना ठार केले आणि पहिला बंकर साफ केला. तो टर्निंग पॉइंट होता. त्यांच्या नेत्याच्या उत्स्फूर्त शौर्याने प्रेरित होऊन, सैन्याने शत्रूवर आरोप केले आणि त्यांच्यावर तुटून पडले. त्याच्या गंभीर जखमा लक्षात न घेता, त्याने आपल्या माणसांना आग्रह करत बंकरमधून बंकरकडे धाव घेतली. गंभीर जखमी, तो शेवटच्या बंकरवर कोसळला आणि शेवटी त्याच्या दुखापतींनी मरण पावला. पण तोपर्यंत त्याने आपल्या माणसांसह बंकर ताब्यात घेतला होता.

कॅप्टन मनोज कुमार पांडे यांनी ऑपरेशन विजय दरम्यान धैर्याने नेतृत्व केलेल्या हल्ल्यांच्या मालिकेत भाग घेतला; जुब्बार टॉपच्या ताब्यात घेण्यासह बट्टलिकमध्ये मोठ्या प्रमाणात नुकसान करून घुसखोरांना परत करण्यास भाग पाडणे.

2/3 जुलै 1999 च्या रात्री खालुबरच्या आगाऊपणाच्या वेळी जेव्हा त्याची पलटण त्याच्या अंतिम उद्दिष्टाजवळ आली तेव्हा ती

आजूबाजूच्या उंचीवरून जोरदार आणि तीव्र शत्रूच्या गोळीबाराखाली आली. कॅप्टन पांडेला असुरक्षित स्थितीत असल्यामुळे त्याच्या बटालियनला दिवस उजाडू नये म्हणून हस्तक्षेप करणाऱ्या शत्रूच्या जागा साफ करण्याचे काम सोपवण्यात आले होते. त्याने त्वरीत आपली पलटण शत्रूच्या तीव्र गोळीबारात फायदेशीर स्थितीत हलवली, उजवीकडून शत्रूची जागा साफ करण्यासाठी एक विभाग पाठविला आणि स्वतः डावीकडून शत्रूची जागा साफ करण्यासाठी पुढे गेला.

निर्भयपणे पहिल्या शत्रूच्या स्थानावर हल्ला करून, त्याने दोन शत्रू जवानांना ठार केले आणि आणखी दोघांना मारून दुसरे स्थान नष्ट केले. तिसरा क्रमांक क्लिअर करताना त्याच्या खांद्याला आणि पायाला दुखापत झाली. निर्भयपणे आणि त्याच्या गंभीर दुखापतींची पर्वा न करता, त्याने चौथ्या स्थानावर आपल्या माणसांना आग्रह करत हल्ल्याचे नेतृत्व केले आणि ग्रेनेडने ते नष्ट केले, जरी त्याच्या कपाळावर प्राणघातक स्फोट झाला.

त्याचे शेवटचे शब्द होते "ना छोडनु" (नेपाळी भाषेत "डोन्ट स्पेअर दे"). कॅप्टन पांडेच्या या एकेरी धाडसी कृत्याने कंपन्यांना गंभीर आधार दिला, ज्यामुळे शेवटी खालुबरला ताब्यात घेण्यात आले. मात्र, या अधिकाऱ्याचा मृत्यू झाला. कॅप्टन मनोज कुमार पांडे यांनी, अशा प्रकारे, अत्यंत विलक्षण शौर्य, अदम्य धैर्य, उत्कृष्ट नेतृत्व आणि कर्तव्याची निष्ठा दाखवली आणि भारतीय सैन्याच्या सर्वोच्च परंपरांमध्ये सर्वोच्च बलिदान दिले.

2

प्रमुख पद्मपाणी आचार्य

प्रमुख पद्मपाणी आचार्य

Indian Army

Scan for Story Videos - www.itibook.com

28 जून 1999, दुसऱ्या राजपुताना रायफल्सच्या टोलोलिंग वैशिष्ट्यावरील बटालियनच्या हल्ल्यात, कंपनी कमांडर म्हणून मेजर पद्मपाणी आचार्य यांच्याकडे मोठ्या प्रमाणावर तटबंदी असलेल्या आणि खाणीच्या शेतात आणि स्वीपिंग मशीनसह जोरदारपणे पकडलेल्या शत्रूचे स्थान काबीज करण्याचे जबरदस्त काम सोपवण्यात आले. तोफा आणि तोफखाना गोळीबार. बटालियन आणि ब्रिगेड ऑपरेशनचे यश हे स्थान लवकर ताब्यात घेण्यावर अवलंबून आहे. तथापि, कंपनीचा हल्ला अगदी सुरुवातीलाच फसला, जेव्हा शत्रूचा तोफखाना अग्रगण्य प्लाटूनवर खाली आला आणि मोठ्या प्रमाणात जीवितहानी झाली. त्याच्या वैयक्तिक सुरक्षेकडे पूर्णपणे दुर्लक्ष करून, मेजर पद्मपाणी आचार्य यांनी राखीव पलटण घेऊन तोफखान्याच्या गोळ्यांचा वर्षाव केला.

त्याचे लोक शत्रूच्या गोळीबारात पडत असतानाही, त्याने आपल्या माणसांना प्रोत्साहन देणे सुरूच ठेवले आणि खडकाच्या तोंडावर राखीव पलटणीने शत्रूवर आरोप केले. शत्रूच्या बंकरमधून झालेल्या गोळ्यांच्या गारांची पर्वा न करता मेजर पद्मपाणी आचार्य बंकरपर्यंत रेंगाळले आणि ग्रेनेड फेकले. गंभीर जखमी आणि हालचाल करण्यास असमर्थ,

त्याने आपल्या माणसांना त्याला सोडून जाण्याचा आदेश दिला आणि तो गोळीबार करत असताना शत्रूवर आरोप लावला. बंकर शेवटी ओव्हर रन झाला आणि उद्देश पकडला गेला.

मिशन पूर्ण झाल्यानंतर, मेजर पद्मपाणी आचार्य यांचा मृत्यू झाला. टोलोलिंग टॉप ताब्यात घेण्याच्या काही दिवस आधी, मेजर आचार्य यांनी आपल्या वडिलांना एक पत्र लिहिले ज्यात त्यांनी भगवद्गीतेतील एक अवतरण जोडले होते ज्यात असे म्हटले होते की, "मरा, आणि तू स्वर्ग जिंकशील; जिंकून घे, आणि तू पृथ्वीचे सार्वभौमत्व उपभोगशील; म्हणून अर्जुना, लढण्याचा निश्चय करून उभा राहा." विलक्षण शौर्य आणि सर्वोच्च बलिदानासाठी, मेजर पद्मपाणी आचार्य यांना मरणोत्तर महावीर चक्राने सन्मानित करण्यात आले.

प्रिय बाबा

आशा आहे की हे पत्र तुम्हाला उत्तम आरोग्य आणि आत्म्यामध्ये सापडेल. 14 जून 1999 रोजी तुमच्या पत्र आणि कार्डबद्दल धन्यवाद...आम्ही आमच्या पुढील कार्यासाठी आधीच तयार आहोत. आमच्या युनिटला आता आर्मी, रेगट, तसेच मीडियाच्या उच्च अपेक्षांनुसार जगायचे आहे. तुम्हांला काय माहीत, चीफनेही युनिटला अभिनंदनाचे पत्र पाठवले. आमच्या युनिटला असे कार्य देण्यात आले हा खरोखरच सन्मान होता. कठोर परिश्रम आणि योग्य नीतिमत्तेचे गुण आहेत, तुम्हाला वाटत नाही का? आपल्या हितचिंतकांच्या आशा आणि आकांक्षा जपण्यासाठी आपल्याला आता अधिक कष्ट करावे लागतील.

कृपया जीवितहानीबद्दल काळजी करू नका. हा एक व्यावसायिक धोका आहे जो आपल्या नियंत्रणाबाहेर आहे, मग काळजी का करायची; किमान ते एका चांगल्या कारणासाठी आहे. भगवद्गीतेमध्ये भगवान कृष्ण अर्जुनला खालील ओळींवर संक्षेपात सांगतात: हटो वा प्रप्यासि स्वर्गम्, जित्वा वा भोक्षिजसे माहिम, तदुतिष्ठ कौंतेय, युधाय कृतनिश्चयहा. ("मरा आणि तू स्वर्गात जाशील; जिंकून तू पृथ्वीचे सार्वभौमत्व उपभोगशील; म्हणून अर्जुना, उभा राहा आणि दृढनिश्चयाने युद्ध कर.")

नाही आम्ही एअर मेंट नाही, पण जेवण चांगले आहे आणि चायनीज नाही तर बंगाली डॉक्टर आहेत. होय, पंतप्रधानांची कारगिल भेट ही चांगली प्रेरणा होती. चांगला माणूस. बर्फाळ वाऱ्यांचा सामना करण्यासाठी माझ्या कुरूप चेहऱ्यावर अधू दाढी आणि व्हॅसलीन क्रीम लावलेले मी आता खूपच दिसत आहे.

कृपया मनमला (त्याच्या आईला) सांगा की लढाई हा आयुष्यभराचा सन्मान आहे आणि मी कशाचाही कमी विचार करणार नाही. देशसेवेचा उत्तम मार्ग कोणता. पायदळ आणि विशेषतः (विशेषतः) आमच्या नामांकित Bn (बटालियन) मध्ये असल्याचा मला अभिमान आहे.

आपल्या आरोग्याची तसेच मनामची काळजी घ्या. काळजी करू नका आणि झोप गमावू नका. चारूला (त्याची पत्नी) महाभारताची एक गोष्ट सांगा, जेणेकरून तुमच्या नातवंडांना चांगले संस्कार रुजतील. जय माताजी की.

तुमचा affly

19 जून 1999 बबलू

3

नाईक दिगेंद्र कुमार

नाईक दिगेंद्र कुमार

Indian Army

Scan for Story Videos - www.itibook.com

नाईक दिगेंद्र कुमार (परसवाल), जन्म 3 जुलै 1969, महावीर चक्र, सेना पदक आणि इतर अनेक शौर्य पदके प्राप्त करणारे आहेत. ते भारतीय लष्कराचे सर्वोत्तम कमांडो होते. 15 ऑगस्ट 1999 रोजी नायक दिगेंद्र कुमार यांना 13 जून 1999 रोजी मुश्कोह खोऱ्यातील टोलोलिंग टेकडीवर पुन्हा कब्जा करण्यासाठी त्यांनी केलेल्या शौर्याबद्दल राष्ट्राचा दुसरा सर्वोच्च युद्धकालीन शौर्य पुरस्कार महावीर चक्र प्रदान करण्यात आला. ते भारतीय सैन्यातून 31 जुलै 2020 रोजी निवृत्त झाले.

नाईक दिगेंद्र कुमार (परसवाल) - महावीर चक्र, झालरा गाव, तहसील नीम का ठाणे, जिल्हा सीकर राजस्थान येथून येते.

दिगेंद्र कुमार यांचा जन्म ३ जुलै १९६९ रोजी शिवदान सिंह परसवाल यांच्या कुटुंबात झाला. त्यांची आई राजकौर होती. शिवदान सिंह हे आर्य समाजाचे एक मजबूत अनुयायी होते, जे भारतीय सैन्यात सामील झाले होते आणि 1948 च्या भारत-पाक युद्धात गंभीर जखमी झाले होते.

दिगेंद्र कुमार 3 सप्टेंबर 1985 रोजी राजपुताना रायफल्समध्ये सामील झाले आणि भारतीय सैन्यातील सर्वोत्तम कमांडो बनले. केवळ आवाजाच्या जोरावर टार्गेट मारण्याचे कौशल्य त्याने आत्मसात केले होते. प्रशिक्षण पूर्ण केल्यानंतर त्यांची बटालियन जम्मू-काश्मीरमध्ये

तैनात करण्यात आली.

1987 मध्ये त्यांना भारतीय शांतता रक्षक दलात पाठवण्यात आले आणि त्यांनी श्रीलंकेत 'ऑपरेशन पवन' मध्ये भाग घेतला, जिथे त्यांच्या शौर्याचे खूप कौतुक झाले.

ऑपरेशन पवन हे भारत-श्रीलंका कराराचा एक भाग म्हणून LTTE च्या निःशस्त्रीकरणाची अंमलबजावणी करण्यासाठी 1987 च्या उत्तरार्धात LTTE कडून जाफनाचा ताबा घेण्यासाठी भारतीय शांतता दलाने केलेल्या ऑपरेशन्सना दिलेले सांकेतिक नाव होते. सुमारे तीन आठवडे चाललेल्या क्रूर लढाईत, IPKF ने जाफना द्वीपकल्पाचा ताबा LTTE राजवटीतून घेतला, जे श्रीलंकेच्या सैन्याने अनेक वर्षे प्रयत्न केले होते आणि ते साध्य करण्यात अयशस्वी ठरले होते. भारतीय सैन्याच्या रणगाड्या, हेलिकॉप्टर गनशिप आणि जड तोफखान्याने समर्थित, IPKF ने LTTE चा पराभव केला. परंतु हा विजय किंमतीला आला, कारण IPKF ने सुमारे 214 सैनिक गमावले.

या ऑपरेशनमधली त्याची भूमिका खूपच रंजक आहे. दिगेंद्र कुमार आणि त्यांच्या गटाला तामिळबहुल भागात गस्त घालण्याचे काम सोपवण्यात आले होते. पाच तमिळ अतिरेक्यांनी दिगेंद्र कुमार यांच्या पक्षाच्या पाच जवानांना गोळीबार करून ठार केले. त्यामुळे तो उरलेल्या सैनिकांसह एका आमदाराच्या घरात घुसलेल्या अतिरेक्यांच्या मागे लागला. आमदाराने कारवाईला विरोध केला आणि लढाईत आमदारासह पाच अतिरेकी मारले गेले. यावरून मोठा वाद निर्माण झाला आणि दिगेंद्र कुमार यांना दंड करून पिंजऱ्यात टाकण्यात आले.

दरम्यान 10 पॅरा कमांडोचे 36 सैनिक एका खोल जंगलात कुठेतरी एलटीटीईच्या लोकांनी घेरले होते. त्यांना मुक्त करण्यासाठी लेफ्टनंट जनरल एएस कलकत यांनी हे काम दिगेंद्र कुमार यांच्याकडे सोपवले. दिगेंद्र कुमार यांनी 50 किलो दारूगोळा आणि बिस्किटे घेतली आणि लक्ष्यापर्यंत पोहोचण्यासाठी 11000 केव्ही करंट पुरवलेल्या नदीतून प्रवास केला. त्याने 10 पॅरा कमांडोच्या त्या 36 सैनिकांना दारूगोळा आणि अन्नसामुग्री देऊन एलटीटीईच्या लोकांपासून वाचवलेच नाही तर एक महत्त्वाचा दारुगोळा डेपोही नष्ट केला आणि इतर कमांडोसह

39 अतिरेकी मारले. या शौर्याचे खूप कौतुक झाले.

दिगेंद्रच्या बटालियनला 1993 मध्ये जम्मू आणि काश्मीरमधील दहशतग्रस्त कुपवाडा भागात पाठवण्यात आले होते. एके दिवशी दहशतवाद्यांचा एरिया कमांडर माजिद खान याने कर्नल वीरेंद्र तेवतिया यांना दहशतवाद्यांविरोधात कोणतीही कारवाई केल्यास गंभीर परिणाम भोगावे लागतील अशी धमकी दिली. ही धमकी दिगेंद्रला पचवता आली नाही. तो टेकडीवर चढला, माजिद खानच्या मागे गेला आणि त्याच्यावर गोळीबार केला जो जागीच ठार झाला. त्याने माजिद खानच्या ताफ्याला सोल्डरवर आणले आणि कं. तेवतिया यांच्यासमोर हजर केले. दिगेंद्र कुमार यांना 1993 मध्ये जम्मू-काश्मीरमधील कुपवाडा भागात दहशतवादविरोधी कारवायांसाठी सेना पदक देण्यात आले होते. 1994 मध्ये हजरतबल दर्गा दहशतवाद्यांपासून परत मिळवल्याबद्दल त्यांच्या सेवांचे कौतुक करण्यात आले.

कारगिल युद्ध हे भारत आणि पाकिस्तान यांच्यातील सशस्त्र संघर्ष होते जे काश्मीरमधील कारगिल जिल्ह्यात मे ते जुलै 1999 दरम्यान झाले. युद्धाचे कारण म्हणजे पाकिस्तानी सैनिक आणि काश्मिरी अतिरेक्यांची भारताच्या नियंत्रण रेषेवरील (LOC) स्थानांवर घुसखोरी, जी दोन राज्यांमधील वास्तविक सीमा म्हणून काम करते.

कारगिल युद्धाचे तीन मोठे टप्पे होते. प्रथम, पाकिस्तानने काश्मीरमधील भारतीय-नियंत्रित विभागात सैन्य घुसवले आणि मोक्याच्या ठिकाणी कब्जा केला आणि त्याला NH1 नियंत्रित करण्यास सक्षम केले. पुढच्या टप्प्यात भारताने घुसखोरीचा शोध घेणे आणि त्याला प्रत्युत्तर देण्यासाठी सैन्याची जमवाजमव करणे समाविष्ट होते. अंतिम टप्प्यात भारतीय आणि पाकिस्तानी सैन्याने मोठ्या युद्धांचा समावेश केला ज्यामुळे भारताने पाकिस्तानी सैन्याने घेतलेल्या स्थानांवर कब्जा केला आणि नियंत्रण रेषेवरून पाकिस्तानी सैन्याने माघार घेतली.

टोलोलिंगची लढाई ही भारताच्या सशस्त्र सेना आणि नॉर्दर्न लाइट इन्फंट्रीमधील सैन्य यांच्यातील कारगिल युद्धातील एक महत्त्वाची लढाई होती ज्यांना 1999 मध्ये इतर पाकिस्तान समर्थित

अनियमिततांनी मदत केली होती. श्रीनगर - लेह महामार्ग (NH) कडे दुर्लक्ष करणारे टोलोलिंग हे प्रबळ स्थान आहे. 1) आणि एक महत्वाचा दुवा होता. टोलोलोइंग शिखरावर भारतीय सैन्याची जीवितहानी संपूर्ण युद्धातील एकूण नुकसानीपैकी निम्मी होती. बहुतेक नुकसान भूप्रदेशाच्या स्वरूपाशी संबंधित होते कारण घुसखोरांना हुसकावून लावण्यासाठी शिखरांवर पुन्हा दावा करण्यासाठी प्रथम विश्वयुद्ध शैलीतील फ्रंटल चार्जेस लावावे लागले. 3 आठवड्यांच्या हल्ल्याचा शेवटी भारताने शिखरावर ताबा मिळवला आणि युद्धाचा मार्ग बदलला.

मेजर राजेश अधिकारी (मरणोत्तर) आणि दिगेंद्र कुमार यांना शिखरावर त्यांच्या धाडसी कृत्यांसाठी भारताचा दुसरा सर्वोच्च लष्करी सन्मान महावीर चक्र प्रदान करण्यात आला.

भारताच्या जम्मू आणि काश्मीर राज्याच्या कारगिल प्रदेशात पाकिस्तानी सैन्याच्या पाठिंब्याने अतिरेक्यांच्या नियोजित घुसखोरीमुळे जोरदार लढाई सुरू झाली, तेव्हा भारतीय लष्कराला त्या घुसखोरांची उंची साफ करण्याचे आदेश देण्यात आले. प्रदेशात अनेक खडतर लढाया झाल्या. टोलोलिंगची लढाई ही सर्वात महत्त्वाची लढाई होती, जिथे 13 जून 1999 रोजी नाईक दिगेंद्र कुमार यांनी आपल्या धाडसी कृतीद्वारे टोलोलिंग टेकडी पुन्हा ताब्यात घेण्यात महत्त्वाची भूमिका बजावली.

मुश्कोह व्हॅली, टायगर हिल आणि टोलोलिंग टॉपमधील पीक 4875 वरून पाकिस्तानी महामार्ग पाहत असल्याने सूर्यास्तानंतर तैनात करण्यात आले. गुमरी आणि मातायिन तळांवर मैदानी प्रदेशातून तोफा आणल्या गेल्या, अजूनही वाळवंटातच आहेत. सूर्यास्तानंतर शक्तिशाली स्कॅनिया ट्रकने त्यांना पूर्वनिश्चित बंदुकीच्या स्थानांवर खेचले. त्यांचे दिवे बंद करून ट्रक हलले. 2 सैनिक दर काही मिनिटांनी त्यांच्या टॉर्च फ्लॅश करत समोरच्या भागात जॉगिंग करत होते जेणेकरून ते डोंगरावरून पळून जाऊ नयेत म्हणून रस्त्याची रूपरेषा आणि वळण दाखवले.

तोफांची दृष्टी डोंगराच्या बाजूला कोरलेली होती. त्यांना केवळ अचूक आग देण्यासाठीच नव्हे तर काउंटर बॅटरीला आग लागू नये

म्हणूनही बसवावे लागले. ७ जूनपर्यंत तोफा तैनात करून रेंज मिळवण्यासाठी गोळीबार करण्यात आला. तोफखाना निरीक्षण अधिकाऱ्यांनी आग विझवण्यासाठी उपयुक्त स्थानांवर चढण्यास सुरुवात केली. हल्ला सुरू करण्याचा तास जवळ आला तेव्हा सर्व तोफा परिपूर्ण स्थितीत असल्याची खात्री करण्यासाठी कडाक्याच्या थंडीत सैनिकांनी काम केले. तोफखाना धाडण्याच्या मोहिमेवर एसएसजी सैन्याच्या अफवांसह सैनिक पहारा देत होते. स्पॉटिंग मिशनवर कोणत्याही RPV साठी एअरक्राफ्ट गनने आकाश स्कॅन केले. दरम्यान पॅरा कमांडो शत्रूच्या ओळीतून पुढे सरकले होते आणि शत्रूच्या तोफखान्यात उभे होते. नाटकात पाकिस्तानी बंदुका आल्यास त्याचा प्रतिकार करणे हे त्यांचे काम होते.

त्याच बरोबर 2री राजपुताना रायफल्सची नवीन बटालियन हल्ल्यासाठी आणण्यात आली. ग्रेनेडियर्स पाकिस्तानी पोझिशन्सच्या खाली 300 मीटर खाली 3 पॉइंट्सवर एकत्र आले आणि त्यामुळे तेथून हल्ला करण्यासाठी पाय ठेवला. 2 र्या रापुताना रायफल्सने यादरम्यान गोळीबार केला आणि शस्त्रांची चाचणी केली, जवळच्या कड्यांवर टोपण आणि उपहासात्मक हल्ले केले. अंतिम हल्ल्यासाठी मेजर विवेक गुप्ता यांच्या नेतृत्वाखाली 90 स्वयंसेवक एकत्र आले. त्यापैकी तोमर होते. जूनपर्यंत ते पाकिस्तानी लोकांपासून 300 मीटर अंतरावर असलेल्या दगडांच्या मागे होते. 12 जून रोजी तास 1830 होता.

1830 वाजता टोलोलिंग टॉपवर 120 तोफखाना उघडल्या. बोफोर्स 155 मिमी तोफा प्रथम सुरू झाल्या. डायरेक्ट फायर मोडमध्ये वापरून त्यांनी बंकर्सना लक्ष्य केले. काही मिनिटांतच त्यांच्या पाठोपाठ 130 मिमी आणि 105 मिमी तोफा आल्या. कवचाच्या पाठोपाठ कवच कडांमध्ये कोसळले. अपेक्षित पाकिस्तानी काउंटर बॉम्बस्फोट सुरू होताच, 155 मिमी तोफा HEER शेल्समध्ये बदलल्या आणि पॅरा कमांडोजच्या पाकिस्तानी तोफांच्या स्थानांवर एलओसी ओलांडून गोळीबार करू लागला. पाकिस्तानी तोफा लवकरच बंद पडल्या आणि अधूनमधून गोळ्या झाडण्यात आल्या. काही पाकिस्तानी तोफगोळ्यांचा मारा सुरूच होता.

मध्यरात्रीच्या सुमारास गोळीबार थांबला. मेजर विवेक गुप्ता यांनी "राजा रामचंद्र की जय" च्या जयघोषात आपल्या जवानांचे नेतृत्व केले. "अभिमन्यू", "भीम" आणि "अर्जुन" अशी तीन संघांची सांकेतिक नावे होती. एक जण सरळ वर गेला. दुसरा शत्रूची माघार कापण्यासाठी खालच्या कड्याभोवती गेला आणि तिसरा मागून गेला. ग्रेनेडियर्सनी जवळच्या कड्यावर पाकिस्तानींना कव्हरिंग फायर पुरवले.

तोफखाना असूनही तोफखान्याच्या प्रभावाच्या पलीकडे नैसर्गिक गुहांमध्ये पाकिस्तानी सैन्याचा भक्कम ताबा अजूनही होता. ते आता रेंगाळणाऱ्या भारतीय सैन्यावर मशीनगन घेऊन उघडले. कव्हरसाठी तोफखान्यामुळे निर्माण झालेल्या खड्ड्यांचा वापर करून सैन्याने चढाई केली. बंकरमधून मशिनगनच्या गोळीबारानंतरही, सैन्याला रेंगाळावे लागले आणि त्यांना शांत करण्यासाठी ग्रेनेड वापरावे लागले. परत तळावर कमांडर वायरलेसच्या भोवती अडकले होते. तथापि, जवळच्या शत्रूंशी संवादासाठी वेळ नव्हता. पहाटे 2.30 पर्यंत हताश होत होते. हवालदार यशवीर सिंग तोमरने बाकीच्या माणसांकडून ग्रेनेड गोळा केले. त्यानंतर त्यांनी शेवटच्या काही बंकरांना चार्ज केले. तेथे पोहोचताना त्याने 18 ग्रेनेड्स पाडले. त्याच्या एका हातात असॉल्ट रायफल आणि दुसऱ्या हातात ग्रेनेड सापडले. शेवटी सैन्य बंद पडले आणि कडवी हातोहात लढाई झाली. यशवीर सिंग तोमर यांच्या हृदयाला गोळी लागल्याने त्यांचा जागीच मृत्यू झाला. लान्स नाईक बच्चन सिंग यांनी त्यांची पिस्तूल दिगेंद्रकडे दिली आणि सुलतान सिंग यांनी त्यांचा ग्रेनेड दिगेंद्रला दिला आणि अखेरचा श्वास घेतला. त्याचप्रमाणे राठोड यानेही आपले पिस्तूल आणि दारूगोळा दिगेंद्रला दिला. पहाटे 4.10 वाजता वायरलेसने बातमी वाजवली. टोलोलिंग जिंकले. मेजर गुप्ता आणि इतर सात जणांना त्या रात्री ठार केल्याने त्याची मोठी किंमत मोजावी लागली.

नाईक दिगेंद्र कुमार (2883178A), 2 राजपुताना रायफल्स, महावीर चक्र, द्रास सेक्टरमधील टोलोलिंग वैशिष्ट्यावर कंपनीच्या हल्ल्यादरम्यान लाइट मशीन गन ग्रुपचे कमांडर होते. 15000 फुटांहून अधिक उंचीवर असलेल्या धोकेबाज उंच प्रदेशात स्थित शत्रूची सुसज्ज

चौकी हस्तगत करणे हा यामागचा उद्देश होता. मेजर विवेक गुप्ता, राजपुताना रायफल्स आणि त्यांच्या कंपनीला पॉइंट 5490 पुन्हा ताब्यात घेण्याचे काम देण्यात आले होते.

13 जून 1999 रोजी, जेव्हा ॲसॉल्ट ग्रुप त्याच्या उद्दिष्टाच्या जवळ आला तेव्हा तो एका चांगल्या प्रकारे लपविलेल्या युनिव्हर्सल मशीन गन आणि हेवी मशीन गनच्या प्रभावी गोळीबारात आला ज्यामुळे ॲसॉल्ट ग्रुपमध्ये मोठ्या प्रमाणात जीवितहानी झाली. नाईक दिगेंद्र कुमार यांच्या डाव्या हाताला गोळी लागली. स्वतःच्या दुखापतीबद्दल निःसंकोच आणि बेफिकीर राहून नाईक दिगेंद्र कुमार यांनी एका हाताने गोळीबार करत शत्रूवर प्रभावी आणि अचूक लाइट मशीन गनचा गोळीबार केला. त्याच्या अचूक आगीने शत्रूचे डोके खाली ठेवले तर त्याचे स्वतःचे जवान उद्दिष्टाच्या दिशेने पुढे जात होते. शेवटी, त्याच्या प्रभावी कव्हरिंग फायर अंतर्गत, स्वतःच्या सैन्याने शत्रूच्या स्थानावर शारीरिक हल्ला केला आणि हाताशी लढल्यानंतर ते साफ केले. गंभीर जखमी असूनही, त्याच्या धाडसी कृतीमुळेच प्राणघातक हल्ला गट शेवटी उद्दिष्ट प्राप्त करू शकला.

या विजयाचे महत्त्व कमी लेखता येणार नाही. तोपर्यंत माणसे आपल्या मृत साथीदारांना घेऊन डोंगरावरून खाली येण्याचे दृष्य दुःखदायक होते. डोंगरावरील विविध ठिकाणी अडकलेल्या माणसांना पाकिस्तानी सैन्याने टोमणे मारल्याने त्यांना नपुंसक वाटू लागले होते. आता लष्कराला मोठा विजय मिळाला होता आणि त्यानंतर अनेक यश मिळाले होते. याचा अर्थ असा होता की सर्व शक्यता असूनही पाकिस्तानींना मारता येईल. पुन्हा एकदा भारतीय सैनिकांनी आपल्या दुर्दम्य निश्चयाने, एवढ्या कमी पैशावर जगून अशक्यप्राय गोष्ट साध्य केली. टोलोलिंग पुन्हा घेणे हा खरोखरच युद्धाचा टर्निंग पॉइंट होता.

कारगिल संघर्षात दिगेंद्रची भूमिका अतिशय महत्त्वाची होती. कारगिल युद्धात टोआलोलिंगचा माथा पुन्हा ताब्यात घेणे हे पहिले आणि महत्त्वाचे काम होते. हे काम २ राजपुताना रायफल्सकडे सोपवण्यात आले होते. जनरल मलिकने गुमरी येथे राजपुताना रायफल्सचा दरबार बोलावला. सर्वांना टोअलोलिंग टेकडी मुक्त

करण्याची योजना विचारण्यात आली. दिगेंद्रने उभे राहून स्वतःची ओळख करून दिली - मी दिगेंद्र कुमार, ज्याला कोब्रा म्हणून ओळखले जाते, राजपुताना रायफल्सचा सैनिक, भारतीय सैन्याचा सर्वोत्तम कमांडो. माझ्याकडे एक योजना आहे ज्याद्वारे आमचा विजय निश्चित आहे.

दिगेंद्रने त्याला त्याची योजना सांगितली की त्याला 100 मीटर रशियन दोरीची गरज आहे ज्याचे वजन 6 किलो असावे आणि 10 टन वजन सहन करू शकेल. आम्हाला रशियन नखे देखील आवश्यक आहेत जे सहजपणे खडकांमध्ये ठेवता येतील. आम्हाला उच्च शक्तीचे इंजेक्शन देखील हवे आहेत जे थकवा दूर करू शकतात आणि धैर्य देऊ शकतात. एवढ्या साहित्याने मी रात्री टेकडीवर चढून जाईन आणि खिळ्यांच्या साहाय्याने दोरीने टेकडीच्या माथ्यावर जाईन. मार्ग दुर्गम आणि दुर्गम आहे परंतु मी दुर्बिणीने तपासले आणि चांगले तपासले.

10 जून 1999 च्या संध्याकाळी कोब्रा दिगेंद्रने आपल्या सहकाऱ्यांना मिठी मारली. भयानक मार्ग आणि कार्य पाहून, सर्वांच्या मनात होते की कोब्रा आणि सहकारी मिशनमधून जिवंत होणार नाहीत. त्यांना समजले की ही कदाचित शेवटची भेट असावी. रात्रीची वेळ होती. बॉम्बस्फोट वगळता डोंगरात भयंकर शांतता होती. आजूबाजूला बर्फ आणि बर्फ होता. सावकाश पावलांनी कोब्रा दिगेंद्र आणि त्याचे साथीदार लष्करी सामानासह पुढे सरकले. त्यांनी खडकात खिळे ठोकले आणि नंतर दोरी बांधली. अर्धवट थकल्यावर इंजेक्शन घेतले. दिगेंद्रच्या हातांनी काम करणे बंद केल्यावर त्याने दातांनी दोरी पकडली, दोन्ही हात जणू देवाच्या हातात आहेत असे आकाशात मोकळे सोडले. खाली 5000 फूट खोल खड्डा होता. रेंगाळत ते ध्येयाच्या दिशेने जाऊ लागले. अनेक क्षणी त्यांनी मृत्यू आल्यासारखा सामना केला, पण बचावले. 14 तासांच्या कठोर परिश्रमानंतर ते टोलोलिंगच्या शिखरावर पोहोचले आणि त्यांना सर्वात मोठा आनंद वाटला. शेवटी हा सगळा प्रवास दोरीनेच झाला. फाशीच्या दोरीने ते परत बटालियनमध्ये पोहोचले.

12 जून 1999 रोजी सकाळी 11 वाजता जनरल मलिक दिगेंद्रला प्रोत्साहन देत म्हणाले, "बेटा! आमच्या यशाच्या 48 तास अगोदर VP

मलिक यांचे अभिनंदन स्वीकार. बेटा! जर आम्ही कारगिल जिंकलो, तर मलिक स्वतः उद्या सकाळी तुमच्यासाठी नाश्ता घेऊन येईल. "

हिल टोलोलिंग कमांडो टीममध्ये मेजर विवेक गुप्ता, सुभेदार भंवर लाल भाकर, सुभेदार सुरेंद्र सिंग राठोर, सीएचएम यश वीर सिंग तोमर, नाईक सुरेंद्र सिंग, नाईक चमन सिंग तेवतिया, लान्स नाईक बच्चन सिंग, आरएफएन जशवीर सिंग यांचा समावेश होता. हवालदार सुलतान सिंग नरवार आणि दिगेंद्र कुमार.

टोलोलिंग टेकडीवर पाकिस्तानी सैन्याने 11 बंकर बनवले होते. दिगेंद्रला प्रथम आणि शेवटच्या ११ व्या बंकरला लक्ष्य करायचे होते. बाकीचे उरलेले 9 बंकर टार्गेट करायचे होते. ते दारूगोळा घेऊन पुढे सरसावले.

कारगिल बर्फाळ वाऱ्याने भरले होते. दाट अंधार होता आणि गटाला घाबरवण्याचे दुर्गम मार्ग होते. अचानक झालेल्या स्फोटांनी हृदयाचा थरकाप उडाला. मृत्यूशिवाय - पाहण्यासारखे काही नव्हते. खडकात खिळ्यांवर लावलेल्या दोरीने ते टेकडीवर चढू लागले. रेंगाळत दिगेंद्र नकळत तिथे पोहोचला जिथे शत्रू बसला होता आणि त्याने मशीनगन ठेवली होती. दगड धरून दिगेंद्र पुढे सरकत होता. शरीरातील रक्त गोठायला लागल्यावर त्यांनी पॉवर इंजेक्शन्स घ्यायला सुरुवात केली. शत्रू बॉल टाकत असलेल्या मशीनगनच्या बॅरलला दिगेंद्रच्या हाताला अचानक स्पर्श झाला आणि तो चांगलाच गरम झाला. शत्रूची उपस्थिती ओळखून , त्याने बॅरल काढून टाकले आणि काही क्षणातच बंकरमध्ये ग्रेनेड फेकले जेथे स्फोट झाला आणि आतून मोठा आवाज आला - "अल्ला हो अकबर, काफिरांचे हल्ले !!!"

दिगेंद्रने अचूक निशाणा साधला. पहिल्या बंकरला आग लागली आणि ती राख झाली. मागून आर्टिलरी टँक आणि 250 कमांडोजकडून गोळीबार सुरू होता. पाक लष्करानेही बरोबरीचा वाटा उचलला होता. कोब्राच्या सहकाऱ्यांनी जोरदार गोळीबार केला पण ते हलू शकले नाहीत. गोळीबार तोफ एक मीटर वर गोळीबार करण्यासाठी केले होते. दिगेंद्र गंभीर जखमी झाला. कोब्रा दिगेंद्रच्या छातीत तीन गोळ्या लागल्या होत्या. एका पायाला गंभीर दुखापत झाली. टॉप फेस 18 बुलेट. नागाचे

पिठू चाळणीत कमी केले होते. त्याचा एक बूट गायब होता, पँट आणि शर्टचे तुकडे झाले होते. दिगेंद्रचे एलएमजीही हातातून गायब होते. शरीराने काहीही करण्यास नकार दिला पण शूर पुरुषांनी हिंमत गमावली नव्हती. रक्त वाहू नये म्हणून त्यांनी तातडीने प्राथमिक उपचार केले.

टेकडीवर बसलेला पाक आर्मी मेजर अन्वर खान गर्जना करत होता. अन्वर खानच्या गर्जनेने दिगेंद्रला भानावर आणले आणि त्याचे धैर्य जागृत केले.

त्याने मागे पाहिले तेव्हा सुभेदार भंवरलाल भाकर, लान्स नाईक जसवीर सिंग, नाईक सुरेंद्र आणि नाईक चमन सिंग यांनी अखेरचा श्वास घेतल्याचे त्याला आढळले. दिगेंद्रला लान्स नाईक बच्चन सिंग यांनी पिस्तूल दिले, हवालदार सुलतान सिंग नरवार यांनी ग्रेनेड दिला आणि नंतर आईची चुनरी हिलावत त्यांनी शेवटचा बडे घेतला. मेजर विवेक गुप्ता यांनी धैर्याने शत्रूचा सामना केला, पण दगडांचा आधार घेताच त्यांच्या डोक्यात गोळी लागली, त्यांच्या रक्ताने माती लाल झाली आणि ते कायमचे पृथ्वीमातेच्या कुशीत झोपले. राठोड याने पिस्तूल आणि दारूगोळा दिला आणि त्याचा मृत्यू झाला. अशा प्रकारे दिगेंद्रच्या सर्व सहकाऱ्यांना हौतात्म्य प्राप्त झाले होते.

दिगेंद्रने थोडे धाडस केले आणि नंतर इतर बंकरमध्ये ग्रेनेड फेकले आणि तसे करत - त्याने सर्व बंकर नष्ट केले. त्याने 11 बंकरमध्ये 18 ग्रेनेड फेकले. मेजर अन्वर खान अचानक समोर आला. अन्वर खान यांच्या पिस्तुलावर गोळी लागली जी दूर पडली आणि ती दिगेंद्रच्या पिस्तुलमधील शेवटची गोळी होती. दिगेंद्रने पिस्तुलाने गोळी झाडण्याचा प्रयत्न केला पण तो पळून गेला. त्याला पश्चाताप करावा लागला. दिगेंद्रने अन्वर खानवर उडी घेतली. दोघेही थोडा वेळ सोबत लोळले. अन्वर खानने पळून जाण्याचा प्रयत्न केला, मात्र दिगेंद्रने त्याला मानेने उचलून धरले. दिगेंद्रने उडी मारून खानच्या पाठीवर लाथ मारली. खान खड्ड्यात पडला आणि वेदनेने रडू लागला. दिगेंद्र जखमी झाला पण मेजर अन्वर खानला केसांनी उचलून त्याची मान कापली आणि भारत मातेचा जयजयकार केला.

हा केवळ योगायोग होता की अमेरिकेचा एक उपग्रह टोलोलिंगच्या माथ्यावरून जातो तेव्हा त्याला दिसले की मेजर अन्वर खान यांचे कापलेले डोके हातात घेऊन डोक्याभोवती स्कार्फ बांधलेला एक तरुण दाढीचा माणूस भारतीय ध्वज लावण्याचा प्रयत्न करत आहे आणि मातेचा जयजयकार करत आहे. भारत. उपग्रहाने हा फाइल फोटो टिपला आहे.

अशा प्रकारे दिगेंद्र मोठ्या कष्टाने पोहोचू शकला आणि टेकडीच्या माथ्यावर पुन्हा कब्जा करू शकला आणि 13 जून 1999 रोजी पहाटे चार वाजता भारतीय तिरंगा ध्वज लावला.

भारतीय सैन्य पहाटे टोलोलिंग शिखरावर पोहोचले आणि त्यांना मृत सैनिकांचे ढीग सापडले. भारताचा तिरंगा ध्वज फडकावला होता आणि त्याच्या बाजूला दिगेंद्र बेशुद्ध अवस्थेत होता आणि त्याच्या हातात पाकिस्तानी लष्कराच्या मेजर अन्वर खानचे कापलेले डोके होते. दिगेंद्रला लष्करी रुग्णालयात नेण्यात आले आणि कोब्रा झोपडीत ठेवण्यात आले. भारताचे पंतप्रधान श्री अटल बिहार बाजपेयी आणि भारताचे राष्ट्रपती श्री के आर नारायण यांनी कोब्राला भेट दिली आणि त्याच्या शौर्याबद्दल त्याचे अभिनंदन केले.

4
मेजर विवेक गुप्ता

मेजर विवेक गुप्ता

Indian Army

Scan for Story Videos - www.itibook.com

मेजर विवेक गुप्ता यांना १९९९ साली कारगिल युद्धादरम्यान त्यांच्या विशेष शौर्याबद्दल मरणोत्तर महावीर चक्र पुरस्काराने सन्मानित करण्यात आले होते. त्यांनी सात वर्षे लष्करी सेवा पूर्ण केली आणि कारगिल युद्धात शहीद झाले, त्याच दिवशी ते १९९९ मध्ये सामील झाले. सैन्य.

मेजर विवेक गुप्ता यांना मरणोत्तर महावीर चक्र पुरस्काराने सन्मानित करण्यात आले होते-- १९९९ साली कारगिल युद्धादरम्यान त्यांनी केलेल्या शौर्याबद्दल भारताचा दुसरा सर्वोच्च लष्करी सन्मान. त्यांनी सात वर्षे लष्करी सेवा पूर्ण केली आणि कारगिल युद्धादरम्यान ते शहीद झाले, 1999 याच दिवशी ते लष्करात दाखल झाले.

मेजर विवेक गुप्ता यांचा जन्म 2 जानेवारी 1970 रोजी डेहराडून, उत्तराखंड येथे लेफ्टनंट कर्नल बीआरएस गुप्ता (वडील) यांच्याकडे झाला. त्यांचा जन्म लष्करी कुटुंबात झाल्यामुळे त्यांनी भारतीय सैन्यातील शौर्याच्या आणि जीवनाच्या कथा ऐकल्या ज्यामुळे त्यांना भारतीय सैन्यात सामील होण्याची प्रेरणा मिळाली.

मेजर विवेक गुप्ता यांनी शालेय शिक्षण पूर्ण केल्यानंतर राष्ट्रीय संरक्षण प्रबोधिनीत प्रवेश घेतला. नंतर त्यांनी इंडियन मिलिटरी

अकादमीमध्ये प्रवेश घेतला.

1997 मध्ये मेजर विवेक गुप्ता यांनी भारतीय लष्करी अधिकारी कॅप्टन राजश्री बिश्त यांच्याशी विवाह केला.

13 जून 1992 रोजी, मेजर विवेक गुप्ता यांना राजपुताना रायफल्स रेजिमेंटमध्ये नियुक्त करण्यात आले, जी भारतीय सैन्यातील एक सुशोभित पायदळ रेजिमेंट आहे. हाताशी लढताना, मेजर विवेक गुप्ता यांनी एका पाकिस्तानी अतिरेक्याला ठार केले आणि त्यांना लष्करप्रमुख (COAS) प्रशंसा देण्यात आली. इन्फंट्री स्कूल, महू येथे त्यांनी शस्त्र प्रशिक्षक म्हणूनही काम केले.

1999 च्या कारगिल युद्धादरम्यान, भारतीय सैन्याकडे घुसखोरीच्या मर्यादेबद्दल पुरेशी माहिती नसताना द्वितीय राजपुताना रायफल्सला युद्धक्षेत्रात पाठवण्यात आले. त्या वेळी मेजर विवेक गुप्ता आणि दुसऱ्या राजपुताना रायफल्सच्या इतरांना द्रास सेक्टरमधील टोलोलिंग टॉपचा पॉइंट 4590 काबीज करण्यासाठी नेमण्यात आले होते. तो लाईट मशीनगन कमांडो टीमचा सदस्य होता. नियुक्त केलेले क्षेत्र एक धोकादायक काम होते कारण त्यास शत्रूच्या चौक्यांकडे चढाईची आवश्यकता होती. त्यावेळी शत्रूला उंचीचा फायदा होता.

13 जून 1999 रोजी द्रास सेक्टरच्या वाऱ्याने वाहणाऱ्या आणि बर्फाळ उताराच्या भागात एका दिवसात दोन अवघड चौक्या काबीज केल्यानंतर मेजर विवेक गुप्ता शत्रूच्या छावणीतून त्यांच्या कंपनीवर अनेक दिशात्मक गोळ्या झाडण्यात आल्याने शहीद झाले. त्याचे धड उघडा. तथापि, मेजर विवेक गुप्ता यांचा मृतदेह ताबडतोब बाहेर काढता आला नाही आणि टोलोलिंग टॉपवर ठेवला गेला. 15 जून रोजी भारतीय लष्कराने शहीद जवानांचे मृतदेह बाहेर काढण्यासाठी मोहीम सुरू केली.

हे जाणून घेणे मनोरंजक आहे की मेजर विवेक गुप्ता सात वर्षांपूर्वी राजपुताना रायफल्समध्ये सामील झाले त्याच दिवशी शहीद झाले होते. लेफ्टनंट कर्नल बीआरएस गुप्ता यांच्या म्हणण्यानुसार, 'त्याची संपूर्ण कंपनी बसलेल्या बदकासारखी आहे हे जाणून सर्व बाजूंनी त्यांच्यावर गोळ्या झाडल्या गेल्यानंतर मेजर विवेक यांनी पाकिस्तानींवर एकट्याने हल्ला केला. माझ्या 27 वर्षांच्या मुलाने आपले रक्त सिद्ध

केले, तर त्याचे सहकारी सैनिक आणखी शिखरे जिंकण्यासाठी जगले.'

8 जून 1999 रोजी मेजर विवेक गुप्ता यांनी आपल्या कुटुंबाला लिहिलेल्या शेवटच्या पत्रात लिहिले, 'तुम्हाला माझा अभिमान वाटला पाहिजे. मी परिधान केलेल्या या गणवेशात मी देशासाठी काहीतरी योगदान देत आहे, यावेळी कंपनी कमांडर असणे हा सर्वात मोठा अनुभव आहे. मात्र, त्यांच्या मृत्यूनंतर १७ जून १९९९ रोजी हे पत्र त्यांच्या कुटुंबीयांपर्यंत पोहोचले. हे पत्र त्यांच्या कुटुंबीयांपर्यंत पोहोचल्यानंतर काही मिनिटांत त्यांना पूर्ण लष्करी सन्मानाने अंत्यसंस्कार करण्यात आले.

मेजर विवेक गुप्ता यांना 1999 साली स्वातंत्र्य दिनानिमित्त कारगिल युद्धादरम्यान त्यांच्या विशिष्ट शौर्याबद्दल मरणोत्तर महावीर चक्र प्रदान करण्यात आले. त्यांना मिळालेल्या महावीर चक्रासाठीचे प्रशस्तिपत्रक असे आहे:

13 जून 1999 रोजी द्रास सेक्टरमधील टोलोलिंग टॉपवर दुसऱ्या राजपुताना रायफल्सने बटालियनने हल्ला केला तेव्हा मेजर विवेक गुप्ता प्रमुख चार्ली कंपनीचे कमांडर होते.

प्रचंड तोफखाना आणि स्वयंचलित गोळीबार असूनही, मेजर विवेक गुप्ता यांच्या प्रेरणादायी नेतृत्वाखालील कंपनी शत्रूचा सामना करू शकली. कंपनी उघड्यावर येताच ते बहुदिशात्मक तीव्र आगीखाली आले. कंपनीच्या अग्रगण्य विभागातील तीन कर्मचार्यांना फटका बसला आणि हल्ला तात्पुरता थांबला.

खुनी शत्रूच्या गोळीबारात यापुढे उघड्यावर राहिल्यास अधिक नुकसान होईल हे पूर्णपणे जाणून मेजर विवेक गुप्ता यांनी लगेच प्रतिक्रिया दिली आणि शत्रूच्या स्थानावर रॉकेट लाँचर उडवले. धक्का बसलेल्या शत्रूला सावरण्याआधी, मेजर विवेक गुप्ता यांनी शत्रूच्या स्थानावर कार्यभार स्वीकारला. इतके चार्ज होत असताना त्याला दोन गोळ्या लागल्या, तरीही तो पोझिशनच्या दिशेने पुढे सरकत राहिला. पोझिशनवर पोहोचल्यावर, त्याने शत्रूला हाताशी धरून लढाईत गुंतवून घेतले आणि स्वतःच्या जखमा असूनही शत्रूच्या तीन सैनिकांना ठार मारण्यात यश मिळविले.

त्यांच्या अधिका-याच्या शौर्यापासून प्रेरणा घेऊन कंपनीच्या बाकीच्या लोकांनी शत्रूच्या पोझिशनवर आरोप केला आणि ते ताब्यात घेतले. तथापि, त्यानंतरच्या लढाईत, मेजर विवेक गुप्ता यांना शत्रूच्या गोळ्यांचा आणखी एक थेट फटका बसला आणि शेवटी ते जखमी झाले.

मेजर विवेक गुप्ता यांनी शत्रूचा सामना करताना विलक्षण शौर्य आणि प्रेरणादायी नेतृत्व दाखवले, ज्यामुळे शेवटी टोलोलिंग टॉपवर कब्जा झाला.

5

मेजर राजेश सिंह अधिकारी

मेजर राजेश सिंह अधिकारी

Indian Army

Scan for Story Videos - www.itibook.com

मेजर राजेश सिंह अधिकारी यांचा जन्म 25 डिसेंबर 1970 रोजी उत्तराखंड राज्यातील नैनितालमधील तल्लीताल येथे झाला. त्यांनी त्यांचे प्रारंभिक शालेय शिक्षण नैनितालच्या सेंट जोसेफ कॉलेजमधून, माध्यमिक शिक्षण सरकारी आंतर महाविद्यालयातून केले आणि 1992 मध्ये कुमाऊं विद्यापीठातून पदवी पूर्ण केली. मेजर अधिकारी यांना नेहमीच लष्करी अधिकारी व्हायचे होते आणि जेव्हा त्यांची निवड झाली तेव्हा त्यांचे स्वप्न साकार झाले. इंडियन मिलिटरी अकादमी. 11 डिसेंबर 1993 रोजी वयाच्या 23 व्या वर्षी ते 2 मेक इन्फ बटालियनमध्ये दाखल झाले. 5 वर्षे विविध कार्यक्षेत्रात सेवा दिल्यानंतर मेजर अधिकारी यांचे 1998 मध्ये सुश्री किरण नेगी यांच्याशी लग्न झाले आणि 09 जून 1999 रोजी त्यांचा पहिला लग्नाचा वाढदिवस साजरा होणार होता.

कारगिल युद्धादरम्यान, मेजर अधिकारीची तुकडी जम्मू आणि काश्मीरमध्ये तैनात करण्यात आली होती आणि युद्धाच्या सुरुवातीच्या टप्प्यात त्यांनी महत्त्वपूर्ण भूमिका बजावली होती. युद्धादरम्यान, मेजर अधिकारी यांना 16,000 फूट उंचीवर टोलोलिंग येथे असताना त्यांच्या पत्नी किरणचे पत्र मिळाले. "ऑपरेशन

संपल्यावर उद्या शांततेत वाचेन" असे म्हणत त्याने ते खिशात भरले, पण दुर्दैवाने ते पत्र त्याला कधीच वाचण्याची संधी मिळाली नाही.

जम्मू आणि काश्मीरच्या कारगिल भागात पाकिस्तानी लष्कराच्या पाठिंब्याने अतिरेक्यांच्या नियोजित घुसखोरीमुळे जोरदार लढाई सुरू झाली, तेव्हा भारतीय लष्कराला त्या घुसखोरांची उंची साफ करण्याचे आदेश देण्यात आले. घुसखोरांच्या भागातून सुटका करण्यासाठी टोलोलिंगवर आक्रमण करणाऱ्या सैनिकांनी पहिली मोठी कारवाई केली. 25 मे रोजी ऑपरेशन विजय सुरू केल्यानंतर, लेफ्टनंट सौरभ कालिया या भागात गस्ती कर्तव्यावर असलेले लेफ्टनंट बेपत्ता असल्याचे घोषित केल्यानंतर सैनिकांना शत्रूवर हल्ला करण्याचे आदेश देण्यात आले होते.

30 मे 1999 रोजी, टोलोलिंग वैशिष्ट्य काबीज करण्यासाठी बटालियन ऑपरेशन्सचा एक भाग म्हणून, 18 ग्रेनेडियर्सच्या संलग्नतेवर असलेल्या मेजर राजेश सिंग अधिकारी यांना शत्रूने मजबूत तटबंदी असलेल्या आगाऊ पोझिशनवर त्याच्या फॉरवर्ड पोस्टवर कब्जा करून प्रारंभिक पाऊल सुरक्षित करण्याचे काम सोपवले होते. हे पोस्ट एका विश्वासघातकी, डोंगराळ प्रदेशात सुमारे 15,000 फूटांवर होते आणि बर्फाने झाकलेले होते. त्या रात्री तो आणि 10 जणांच्या ग्रेनेडियर्सच्या संघाने त्यांच्या तटबंदीच्या उद्दिष्टाकडे पिक्स आणि कुऱ्हाड घेऊन चढण्यास सुरुवात केली. मेजर अधिकारी बंकर ताब्यात घेण्याच्या प्रयत्नात असलेल्या तीन 10 जणांच्या संघाच्या मध्यवर्ती भागाचे नेतृत्व करत होते. मेजर अधिकारी यांनी त्यांच्या माणसांपेक्षा तीन मीटर पुढे केंद्रीय प्रभारी नेतृत्व केले. बंकर पडला, पण मेजर अधिकारी यांना गोळी लागली, त्यांच्या उद्दिष्टापासून २० मीटर कमी. युनिव्हर्सल मशीन गनसह दोन परस्पर समर्थन बंकरमधून त्याच्यावर गोळीबार करण्यात आला. त्याने ताबडतोब रॉकेट लॉंचर डिटेचमेंटला बंकरमध्ये गुंतण्यासाठी निर्देश दिले आणि वाट न पाहता बंकरमध्ये धाव घेतली आणि दोन घुसखोरांना जवळच्या लढाईत ठार केले.

त्यानंतर, त्याने आपल्या मध्यम मशीन गन (MMG) तुकडीला खडकाळ वैशिष्ट्याच्या मागे स्थान निश्चित करण्यासाठी आणि शत्रूला गुंतवून ठेवण्याचा आदेश दिला. हल्ला करणाऱ्या पक्षाने उद्दिष्टाच्या

दिशेने त्यांचा मार्ग पुढे चालू ठेवला. गोळ्यांच्या गंभीर दुखापती असूनही, मेजर अधिकारी आपल्या जवानांना सूचना देत राहिले आणि थेट गोळीबार करत राहिले. रिकामे होण्यास नकार देत, त्याने दुसऱ्या बंकरवर आरोप केला आणि आणखी एका रहिवासीला ठार मारले, अशा प्रकारे टोलोलिंग येथील दुसरे बंकर ताब्यात घेतले ज्याने नंतर पॉइंट 4590 ताब्यात घेण्यास मदत केली. मेजर अधिकारी यांनी घुसखोरांना मोठ्या प्रमाणात घातपात घडवून आणला आणि त्यांना बळी पडण्यापूर्वी माघार घेण्यास भाग पाडले. त्याच्या जखमांना. टोलोलिंगची लढाई ही सर्वात महत्त्वपूर्ण लढाईंपैकी एक होती, जिथे मेजर अधिकारी शौर्याने लढले आणि आपल्या प्राणाची किंमत देऊन उद्दिष्ट साध्य केले. मेजर अधिकारी हे एक शूर सैनिक आणि कर्तव्यदक्ष अधिकारी होते ज्यांनी समोरून नेतृत्व केले आणि आपल्या कर्तव्याच्या ओळीत आपले प्राण अर्पण केले.

मेजर राजेश सिंह अधिकारी यांना त्यांच्या उल्लेखनीय शौर्य, नेतृत्व आणि सर्वोच्च बलिदानासाठी मरणोत्तर देशाचा दुसरा सर्वोच्च शौर्य पुरस्कार "महावीर चक्र" प्रदान करण्यात आला.

6

लेफ्टनंट-बलवान-सिंग

लेफ्टनंट-बलवान-सिंग

Indian Army

Scan for Story Videos - www.itibook.com

बलवान सिंग पंघल यांचा जन्म हरियाणातील झज्जर जिल्ह्यातील ससरौली गावात झाला.

सैनिक स्कूल कुंजपुराचे माजी विद्यार्थी लेफ्टनंट बलवान सिंग यांना 06 मार्च 1999 रोजी OTA मधून 18 ग्रेनेडियर्समध्ये नियुक्त करण्यात आले. कारगिल युद्धातील त्यांच्या शौर्याबद्दल त्यांना महावीर चक्र (MVC) प्रदान करण्यात आले.

लेफ्टनंट बलवान सिंग आणि त्यांच्या घटकांना 03 जुलै 1999 रोजी टायगर हिल टॉपवर हल्ला करण्याचे काम ईशान्य दिशेकडून बहुआयामी हल्ल्याचा भाग म्हणून देण्यात आले होते.

उद्दिष्टाकडे जाणारा मार्ग 16,500 फूट उंचीवर टोकदार खडक आणि जाड बर्फाने वेढलेला होता. अधिकाऱ्याने आपले काम धैर्याने आणि निर्धाराने पार पाडले.

त्याच्या नेतृत्वाखालील आणि प्रोत्साहन मिळालेल्या टीमने नेमलेल्या स्परपर्यंत पोहोचण्यासाठी प्रखर तोफखान्याच्या गोळीबारात बारा तासांहून अधिक काळ हलवला. या हालचालीने शत्रूला पूर्णपणे आश्चर्यचकित केले कारण त्याच्या टीमने टायगर हिलच्या शिखरावर जाण्यासाठी क्लिफ असॉल्ट पर्वतारोहण उपकरणे वापरली.

घटकांना पाहताच शत्रूने भयभीत होऊन प्रखर स्वयंचलित गोळीबार केला ज्यामुळे अधिकारी आणि त्यांच्या टीमला गंभीर दुखापत झाली.

त्याने बाहेर काढण्यास नकार दिला आणि त्याच्या दुखापतीबद्दल आणि गंभीर स्थितीकडे दुर्लक्ष करून, घुसखोरांना घेरण्यासाठी झपाट्याने पुढे सरकले. घटकांच्या अचूक आगीच्या कोपातून पळून जाण्याशिवाय त्याच्या विरोधकांना पर्याय नव्हता.

शत्रूच्या गोळीबारात अधिकाऱ्याच्या अतुलनीय धैर्याने आणि दृढनिश्चयामुळे टायगर हिल ताब्यात घेण्यात आले, ऑपरेशन विजयमधील आमच्या सैन्याचे सर्वात महत्त्वाचे उद्दिष्ट.

7
मेजर रामास्वामी परमेश्वरन

मेजर रामास्वामी परमेश्वरन

Indian Army

Scan for Story Videos - www.itibook.com

मेजर रामास्वामी परमेश्वरन यांचा जन्म 13 सप्टेंबर 1946 रोजी बॉम्बे, महाराष्ट्र येथे झाला. श्री के.एस. रामास्वामी आणि श्रीमती जानकी यांचा मुलगा, त्याने 1963 मध्ये एसआयईएस (साउथ इंडियन एज्युकेशन सोसायटी) हायस्कूल, मुंबई येथून शालेय शिक्षण पूर्ण केले. त्यानंतर त्यांनी 1968 मध्ये एसआयईएस महाविद्यालयातून विज्ञान विषयात पदवी संपादन केली. नंतर ते ओटीएमध्ये सामील झाले. चेन्नई आणि 16 जून 1972 रोजी उत्तीर्ण झाले. त्यांना भारतीय सैन्याच्या प्रसिद्ध महार रेजिमेंटच्या 15 महारमध्ये कमिशन देण्यात आले आणि त्यांनी तेथे आठ वर्षे सेवा केली.

1981 मध्ये मेजर परमेश्वरन यांनी सुश्री उमा यांच्याशी लग्न केले जे एक कवयित्री आणि लेखिका होत्या आणि त्यांचे सुखी वैवाहिक जीवन सुरू झाले. नंतर त्यांची 1983 मध्ये 5 महार बटालियनमध्ये सेवा करण्यासाठी बदली झाली. 15 महार आणि 5 महार बटालियनमध्ये त्यांच्या सेवेदरम्यान, मेजर परमेश्वरन यांनी ईशान्य प्रदेशात बंडखोरीविरोधी कारवायांमध्ये भाग घेतला आणि लवकरच दृढ निश्चय आणि अतुलनीय म्हणून नाव कमावले. नेतृत्व कौशल्य. त्यांच्या माणसांकडून प्रेमाने "पॅरी साहिब" असे संबोधले जाणारे, मेजर

परमेश्वरन त्यांच्या युनिटने हाती घेतलेल्या आव्हानात्मक मोहिमांमध्ये नेहमीच आघाडीवर होते. जेव्हा ओप पवन लाँच केले गेले तेव्हा मेजर परमेश्वरन यांना 8 महार बटालियनमध्ये सेवा देण्यासाठी निवडण्यात आले होते, 1987 मध्ये श्रीलंकेत उतरलेल्या पहिल्या युनिटपैकी एक.

मेजर परमेश्वरनची तुकडी ५४ इन्फंट्री डिव्हिजनचा भाग होती ज्यांना २९ जुलै १९८७ रोजी झालेल्या भारत-श्रीलंका कराराच्या अंमलबजावणीवर देखरेख करण्याचे काम सोपवण्यात आले होते. ऑगस्ट १९८७ मध्ये भारतीय सैन्यात सामील झाल्यानंतर, अतिरेक्यांनी आत्मसमर्पण करावे असे मानले जात होते परंतु एलटीटीईने माघार घेतली. आणि भारतीय सैन्यावर युद्ध सुरू केले. 25 नोव्हेंबर 1987 च्या रात्री उशिरा, मेजर परमेश्वरन यांना लिट्टेचा बालेकिल्ला असलेल्या जाफनामधील उडुविल जवळील कंथरोदई येथे शोध मोहिमेसाठी सैनिकांच्या एका पथकाचे नेतृत्व करण्याची जबाबदारी देण्यात आली. जेव्हा ते LTTE अतिरेक्यांच्या लपून बसलेल्या शस्त्रास्त्रांची खेप शोधण्याच्या मार्गावर होते, तेव्हा जोरदार सशस्त्र LTTE अतिरेक्यांच्या गटाने त्यांच्यावर हल्ला केला. मेजर परमेश्वरन आणि त्यांची सुमारे 30 सैनिकांची टीम नकळतपणे अतिरेक्यांच्या अड्ड्यात घुसली होती आणि त्यांना चारही दिशांनी जोरदार गोळीबाराचा सामना करावा लागला होता.

अतिरेकी एके-47, ग्रेनेड, स्फोटके आणि घातक एचएमजी (हेवी मशीन गन) वापरत होते ज्यामुळे मोठ्या प्रमाणात नुकसान झाले. एलटीटीईच्या कॅडरने सैनिकांच्या हालचालींवर मर्यादा घालणाऱ्या भागातही खनन केली होती, जी पूर्णपणे गैरसोयीत होती. मेजर परमेश्वरन यांनी परिस्थितीच्या गंभीरतेचे त्वरीत आकलन केले आणि आपल्या सैनिकांना वाचवण्यासाठी काउंटर ॲम्बुश सुरू करण्याचा निर्णय घेतला. मेजर परमेश्वरन त्याच्या 10 लोकांना घेऊन त्याची योजना प्रत्यक्षात आणण्यासाठी पुढे सरसावले. HMGs च्या सततच्या गोळीबाराचा सामना करताना, मेजर परमेश्वरन यांनी जोरदारपणे लढा दिला आणि अतिरेक्यांना वेढा घातला. स्वतःच्या सुरक्षेची काळजी न

करता, मेजर परमेश्वरन पोटावर पडले आणि नारळाच्या बागेतून घाताच्या दिशेने पुढे सरकत राहिले.

मेजर परमेश्वरन यांनी अतिरेक्यांना घेरल्याचे समजताच त्यांना धक्काबुक्की केली. पण नंतर नारळाच्या झाडावर बसलेल्या स्निपरच्या HMG ने मेजर परमेश्वरनला त्याच्या डाव्या हाताच्या मनगटावर पकडले आणि त्याचा हात जवळपास तोडला. न घाबरता, त्याने त्याच्या जवळच्या अतिरेक्यावर आरोप केला, त्याचे शस्त्र हिसकावले आणि त्याला गोळ्या घातल्या. मात्र, त्याचवेळी दुसरा एचएमजीचा स्फोट त्याच्या छातीत लागला. त्याच्या खिशात एक मिनी क्लिअर पिस्तूल आणि त्याचे राऊंड यशाचे संकेत पाठवण्यासाठी वापरत होते. एचएमजीच्या धडकेने ते फुटले आणि मेजर परमेश्वरन जमिनीवर कोसळले आणि शहीद झाले. त्यांच्या किरकोळ कमांडरच्या पराभवामुळे त्यांच्या सैनिकांना धक्का बसला असला तरी त्यांना प्रेरणा मिळाली आणि त्यांनी अतिरेक्यांना पराभूत करण्यात यश मिळवले.

मेजर रामास्वामी परमेश्वरन यांना त्यांच्या थंड साहस, अदम्य लढाऊ भावना आणि सर्वोच्च बलिदानासाठी देशाचा सर्वोच्च शौर्य पुरस्कार "परमवीर चक्र" देण्यात आला. श्रीलंकेतील IPKF ऑपरेशनमधून PVC पुरस्कार मिळविणारा तो एकमेव आणि प्रतिष्ठित पुरस्कार मिळवणारा OTA चेन्नईचा पहिला व्यक्ती ठरला.

8
सुभेदार करम सिंग

सुभेदार करम सिंग

Indian Army

Scan for Story Videos - www.itibook.com

लान्स नाईक करम सिंग PVC, MM (15 सप्टेंबर 1915 - 20 जानेवारी 1993), एक शीख, बर्नाला, पंजाब येथे जन्मला. ते एक भारतीय लष्करी युद्ध नायक होते ज्यांना 1948 मध्ये परमवीर चक्र, भारतातील सर्वोच्च युद्धकालीन लष्करी पुरस्काराने सन्मानित करण्यात आले. सिंग हे भारतीय सैन्यातून मानद कॅप्टन म्हणून निवृत्त झाले. त्यांच्या पश्चात त्यांची पत्नी गुरदियाल कौर होती, त्यांचे 19 जून 2010 रोजी निधन झाले. ते पहिले मरणोत्तर आणि पहिले शीख पीव्हीसी पुरस्कार विजेते होते. भारताचे पहिले राष्ट्रपती डॉ. राजिंद्र प्रसाद यांच्याकडून त्यांना हा पुरस्कार मिळाला. 15 ऑगस्ट 1947 रोजी स्वातंत्र्यानंतर राष्ट्रध्वज फडकावणारे भारताचे पहिले पंतप्रधान पंडित जवारलाल नेहरू यांनी त्यांची निवड केली होती.

15 सप्टेंबर 1941 रोजी ते शीख रेजिमेंटच्या 1ल्या बटालियनमध्ये दाखल झाले. करम सिंग हे दुसऱ्या महायुद्धात भारतासाठी लढले आणि 14 मार्च 1944 रोजी त्यांना लष्करी पदक देण्यात आले.

1947 च्या भारत-पाकिस्तान युद्धात सिंग यांनी त्यांचे परमवीर चक्र मिळवले. युद्धात, भारत आणि पाकिस्तान तिथवाल सेक्टरच्या नियंत्रणासाठी लढले. 23 मे 1948 रोजी भारताने तिथवालवर ताबा

मिळवला, 1 परंतु त्यानंतर जोरदार पाकिस्तानी प्रतिहल्ल्यांमुळे ते स्थान गमावले. मे ते ऑक्टोबर 1948 दरम्यान, दोन्ही सैन्याने तिथवालवर अनेक लढाया केल्या. कंपनी हवालदार मेजर पिरू सिंग शेखावत यांनी 17 ते 18 जुलै 1948 दरम्यान कृष्णगंगा नदीजवळील लढाईत अत्यंत शौर्य दाखवले आणि त्यांना मरणोत्तर परमवीर चक्र प्रदान करण्यात आले.

ऑक्टोबर 1948 मध्ये, पाकिस्तानी सैन्याने तिथवालच्या दक्षिणेकडील रिचमार गली आणि तिथवालूच्या पूर्वेकडील नस्ताचूर खिंड ताब्यात घेण्याच्या उद्देशाने हल्ला केला. सिंह रिछमार गली भागात फॉरवर्ड चौकीचे नेतृत्व करत होते. सुरुवातीच्या हल्ल्यांदरम्यान, शत्रूच्या जोरदार गोळीबारात प्लाटून क्षेत्रातील सर्व बंकर नष्ट झाले. त्याच्या कमांडरशी संवादही तुटला होता, त्यामुळे करम सिंग आपली परिस्थिती अद्ययावत करू शकला नाही किंवा मजबुतीकरण मागू शकला नाही. जखमी असले तरी, त्याने दोन जखमी कॉम्रेड्सना दुसऱ्या माणसाच्या मदतीने मुख्य कंपनीच्या स्थानावर परत आणले आणि रिछमार गलीचा बचाव केला.

पाचव्या शत्रूच्या हल्ल्यात दोनदा जखमी झालेल्या सिंहने स्थलांतरास नकार दिला आणि पहिल्या ओळीतील खंदकांना धरून राहिले. जेव्हा शत्रूच्या सैनिकांनी फ्रंटलाइनच्या जवळ पोझिशन मिळवली तेव्हा सिंगने आपल्या खंदकातून उडी मारली आणि दोन घुसखोरांना संगीन मारून ठार केले. या धाडसी कृतीने शत्रूला इतके निराश केले की त्यांनी हल्ला मोडून काढला. एकूण, त्या दिवशी आठ वेळा चौकीवर हल्ला झाला आणि प्रत्येक वेळी शीखांनी शत्रूला मागे टाकले. तिथवालच्या लढाईतील त्यांच्या भूमिकेसाठी, सिंग हे परमवीर चक्राचे दुसरे प्राप्तकर्ता बनले.

23 मे 1948 रोजी जम्मू आणि काश्मीरमधील तिथवाल ताब्यात घेण्यात आले. त्या तारखेनंतर, शत्रूने रिचमार गली आणि तिथून पुन्हा ताब्यात घेण्याचे अनेक प्रयत्न केले. 13 ऑक्टोबर 1948 रोजी, ईदच्या संयोगाने, शत्रूने रिचमार गली पुन्हा ताब्यात घेण्यासाठी ब्रिगेड हल्ला करण्याचा निर्णय घेतला आणि तिथवालला मागे टाकून श्रीनगर

खोऱ्यात प्रवेश केला. लान्स नाईक करम सिंग रिचमार गली येथील एका विभागाचे नेतृत्व करत होते.

तोफा आणि मोर्टारच्या जोरदार गोळीबाराने शत्रूने हल्ला सुरू केला. आग इतकी अचूक होती की प्लाटून लोकलमधील एकही बंकर सुरक्षित राहिला नाही.

दळणवळणाचे खंदक घुसले. धाडसाने लान्स नाईक करम सिंग बंकर ते बंकरमध्ये गेले, जखमींना मदत करत आणि पुरुषांना लढण्यास उद्युक्त करत.

त्या दिवशी शत्रूने आठ स्वतंत्र हल्ले केले. अशाच एका हल्ल्यात शत्रूला प्लाटून लोकलमध्ये पाय रोवण्यात यश आले. ताबडतोब, लान्स नाईक करम सिंग, जो तोपर्यंत गंभीर जखमी झाला होता, त्याने काही माणसांसह स्वतःला प्रत्युत्तरात फेकून दिले आणि जवळच्या चकमकीनंतर शत्रूला हुसकावून लावले, ज्यामध्ये अनेक शत्रू मारले गेले, संगीनने पाठवले गेले.

लान्स नाईक करम सिंग यांनी स्वतःला संकटात सापडलेल्या माणसांचा निर्भीड नेता असल्याचे सिद्ध केले. काहीही त्याला वश करू शकले नाही आणि कितीही अग्नी किंवा त्रास त्याचा आत्मा तोडू शकला नाही.

23 मे 1948 रोजी जम्मू आणि काश्मीरमधील तिथवाल ताब्यात घेण्यात आले. त्या तारखेनंतर, शत्रूने रिचमार गली आणि तिथून पुन्हा ताब्यात घेण्याचे अनेक प्रयत्न केले. 13 ऑक्टोबर 1948 रोजी, ईदच्या संयोगाने, शत्रूने रिचमार गली पुन्हा ताब्यात घेण्यासाठी ब्रिगेड हल्ला करण्याचा निर्णय घेतला आणि तिथवालला मागे टाकून श्रीनगर खोऱ्यात प्रवेश केला. लान्स नाईक करम सिंग रिचमार गली येथील एका विभागाचे नेतृत्व करत होते.

तोफा आणि मोर्टारच्या जोरदार गोळीबाराने शत्रूने हल्ला सुरू केला. आग इतकी अचूक होती की प्लाटून लोकलमधील एकही बंकर सुरक्षित राहिला नाही. दळणवळणाचे खंदक आत घुसले. धाडसाने लान्स नाईक करम सिंग बंकर ते बंकरपर्यंत गेले, जखमींना मदत करत आणि पुरुषांना लढायला उद्युक्त करत.

त्या दिवशी शत्रूने आठ स्वतंत्र हल्ले केले. अशाच एका हल्ल्यात शत्रूला प्लाटून लोकलमध्ये पाय रोवण्यात यश आले. ताबडतोब, लान्स नाईक करम सिंग, जो तोपर्यंत गंभीर जखमी झाला होता, त्याने काही माणसांसह स्वतःला प्रत्युत्तरात फेकून दिले आणि जवळच्या चकमकीनंतर शत्रूला हुसकावून लावले, ज्यामध्ये अनेक शत्रू मारले गेले, संगीनने पाठवले गेले.

लान्स नाईक करम सिंग यांनी स्वतःला संकटात सापडलेल्या माणसांचा निर्भीड नेता असल्याचे सिद्ध केले. काहीही त्याला वश करू शकले नाही आणि कितीही अग्नी किंवा त्रास त्याचा आत्मा तोडू शकला नाही.

9

जदुनाथ सिंह

जदुनाथ सिंह

Indian Army

Scan for Story Videos - www.itibook.com

जदुनाथ सिंग (1916 – 1948) हे एक भारतीय लष्करी सैनिक होते ज्यांना 1947 च्या भारत-पाकिस्तान युद्धादरम्यान त्यांनी केलेल्या कृतीबद्दल मरणोत्तर परमवीर चक्र, भारताचा सर्वोच्च लष्करी अलंकार प्रदान करण्यात आला होता.

सिंग हे 1941 मध्ये ब्रिटीश भारतीय सैन्यात भरती झाले आणि त्यांनी बर्मामध्ये जपानी लोकांविरुद्ध लढताना दुसऱ्या महायुद्धात काम केले. नंतर त्यांनी 1947 च्या भारत-पाकिस्तान युद्धात भारतीय लष्कराचे सदस्य म्हणून भाग घेतला. 6 फेब्रुवारी 1948 रोजी नौशहराच्या उत्तरेकडील तैन धार येथे केलेल्या कारवाईसाठी, नाईक सिंग यांना परमवीर चक्र प्रदान करण्यात आले.

सिंग यांनी नऊ जणांच्या फॉरवर्ड सेक्शन पोस्टचे नेतृत्व केले. पाकिस्तानी सैन्याने पुढे जाण्यापेक्षा जास्त संख्या असली तरी, सिंह यांनी पोस्ट ओलांडण्याच्या तीन प्रयत्नांपासून बचाव करण्यासाठी आपल्या माणसांचे नेतृत्व केले. दुसऱ्या हल्ल्यात तो जखमी झाला. स्टेन गनसह सशस्त्र, हल्लेखोरांना माघार घेण्यास कारणीभूत

ठरण्यासाठी त्याने एकट्याने तिसरा हल्ला केला. असे करताना त्याची हत्या करण्यात आली. शाहजहांपूरमधील क्रीडा स्टेडियम आणि कच्च्या तेलाच्या टँकरला सिंग यांचे नाव देण्यात आले.

सिंह यांचा जन्म 21 नोव्हेंबर 1916 रोजी उत्तर प्रदेशातील शाहजहानपूर येथील खजुरी गावात राठोड राजपूत कुटुंबात झाला होता. ते बिरबल सिंग राठोड, शेतकरी आणि जमुना कंवर यांचे पुत्र होते. सहा भाऊ आणि एका बहिणीसह आठ मुलांपैकी तो तिसरा होता.

सिंग यांनी त्यांच्या गावातील एका स्थानिक शाळेत चौथ्या वर्षापर्यंतचे शिक्षण घेतले असले तरी त्यांच्या कुटुंबाच्या आर्थिक परिस्थितीमुळे त्यांना पुढील शिक्षण सुरू ठेवता आले नाही. त्यांचे बालपण त्यांच्या कुटुंबाला शेताच्या आसपास शेतीच्या कामात मदत करण्यात घालवले. मनोरंजनासाठी, तो कुस्ती खेळला आणि अखेरीस त्याच्या गावाचा कुस्ती विजेता बनला. त्यांच्या चारित्र्य आणि कल्याणासाठी त्यांना "हनुमान भगत बाल ब्रह्मचारी" असे टोपणनाव देण्यात आले. हे हिंदू देव हनुमानानंतरचे होते जे आयुष्यभर अविवाहित होते. सिंग यांनी कधीही लग्न केले नाही.

दुसऱ्या महायुद्धादरम्यान, सिंग यांनी 21 नोव्हेंबर 1941 रोजी फतेहगढ रेजिमेंटल सेंटर येथे ब्रिटीश भारतीय सैन्याच्या 7 व्या राजपूत रेजिमेंटमध्ये भरती केले. प्रशिक्षण पूर्ण केल्यावर सिंग यांना रेजिमेंटच्या पहिल्या बटालियनमध्ये नियुक्त करण्यात आले. 1942 च्या उत्तरार्धात, बर्मा मोहिमेदरम्यान बटालियन अराकान प्रांतात a तैनात करण्यात आली होती, जेथे ते जपानी लोकांविरुद्ध लढले होते. ही बटालियन 47 व्या भारतीय पायदळ ब्रिगेडचा भाग होती, जी 14 व्या भारतीय पायदळ डिव्हिजनला नियुक्त केली गेली होती. 1942 च्या उत्तरार्धात आणि 1943 च्या सुरुवातीस मयू पर्वतरांगाच्या आसपासच्या कारवाया केल्या, अक्यब बेट पुन्हा ताब्यात घेण्याच्या ऑपरेशनचा एक भाग म्हणून डोनबाईकच्या दिशेने मायू द्वीपकल्पाकडे पुढे जात. डिसेंबर 1942 मध्ये कोंडन नावाच्या गावांच्या समूहाभोवती राजपूत पकडले गेले असले तरी हळूहळू डोनबाईकच्या दिशेने वाटचाल सुरूच होती. तिथेच ब्रिगेडचा हल्ला थांबला आणि त्यानंतर फेब्रुवारी 1943

च्या सुरुवातीला 55 व्या भारतीय इन्फंट्री ब्रिगेडने त्यांना आराम दिला. एप्रिलच्या सुरुवातीला जपान्यांनी पलटवार केला. 47 वी ब्रिगेड इंदानच्या आसपास कापली गेली आणि अखेरीस मित्र राष्ट्रांच्या मार्गावर परत जाण्यासाठी लहान गटांमध्ये विभागली गेली. ब्रिगेडचे जिवंत सदस्य भारतात परतले. 5 6 1945 मध्ये, सिंग यांच्या बटालियनला द्वितीय भारतीय पायदळ ब्रिगेडला नियुक्त करण्यात आले आणि त्यांनी अंदमान आणि निकोबार बेटांच्या संरक्षणाची जबाबदारी घेतली. बेटांवर काही अंशी जपानी सैन्याने ताबा मिळवला होता, ज्यांनी 7 ऑक्टोबर 1945 रोजी आत्मसमर्पण केले. भारतात परतल्यानंतर सिंग यांना नाईक (कॉर्पोरल) या पदावर बढती देण्यात आली. फाळणीनंतर ७वी राजपूत रेजिमेंट भारतीय लष्कराकडे सोपवण्यात आली. सिंग नव्याने उभारलेल्या भारतीय रेजिमेंटसोबत राहिले आणि त्यांच्या पहिल्या बटालियनमध्ये सेवा देत राहिले.

ऑक्टोबर 1947 मध्ये, जम्मू आणि काश्मीरमध्ये पाकिस्तानी हल्लेखोरांनी केलेल्या हल्ल्यानंतर, भारतीय मंत्रिमंडळाच्या संरक्षण समितीने लष्कराच्या मुख्यालयाला लष्करी प्रत्युत्तर देण्याचे निर्देश दिले. निर्देशानुसार हल्लेखोरांना हुसकावून लावण्यासाठी लष्कराने अनेक कारवाया आखल्या. अशाच एका ऑपरेशनमध्ये, 50 व्या पॅरा ब्रिगेडला, ज्यामध्ये राजपूत रेजिमेंट जोडली गेली होती, त्यांना नौशहरा सुरक्षित करण्यासाठी आणि नोव्हेंबरच्या मध्यात झांगर येथे तळ स्थापन करण्याचे आदेश देण्यात आले.

खराब हवामानामुळे ही कारवाई रोखली गेली आणि 24 डिसेंबर रोजी नौशहरा सेक्टरमधील झांगर, एक धोरणात्मकदृष्ट्या फायदेशीर स्थान, पाकिस्तानींनी ताब्यात घेतले ज्याने त्यांना मीरपूर आणि पूंछ (शहर) पूंछ दरम्यानच्या दळणवळण रेषांवर नियंत्रण मिळवून दिले आणि एक प्रारंभ बिंदू प्रदान केला ज्यावरून हल्ले होऊ शकतात. नौशहरावर करता येईल. पुढच्या महिन्यात, भारतीय सैन्याने नौशहराच्या उत्तर-पश्चिम भागात पाकिस्तानी सैन्याची पुढील प्रगती रोखण्यासाठी अनेक कारवाया केल्या. 50 व्या पॅरा ब्रिगेडचे कमांडिंग ऑफिसर ब्रिगेडियर मोहम्मद उस्मान यांनी अपेक्षित हल्ल्याला तोंड

देण्यासाठी आवश्यक व्यवस्था केली होती. शत्रूच्या संभाव्य दृष्टीकोनांवर लहान गटांमध्ये सैनिक तैनात केले गेले.

नौशहराच्या उत्तरेला असलेला तैन धर हा असाच एक दृष्टिकोन होता ज्यासाठी सिंगची बटालियन जबाबदार होती. 6 फेब्रुवारी 1948 रोजी सकाळी 6:40 वाजता, पाकिस्तानी सैन्याने तैन धार कड्यावर गस्त घालत असलेल्या बटालियनच्या पिकेट्सवर गोळीबार केला. दोन्ही बाजूंनी गोळीबार झाला. पहाटेच्या धुक्याच्या अंधारामुळे हल्लेखोर पाकिस्तानींना पिकेट्सपर्यंत येण्यास मदत झाली. काही वेळातच, ताईन धार गडावरील चौक्यांवर असलेल्या माणसांनी मोठ्या संख्येने पाकिस्तानी सैनिक त्यांच्या दिशेने येताना पाहिले. तैन धार येथील दुसऱ्या पिकेटच्या फॉरवर्ड पोस्टचे व्यवस्थापन करणाऱ्या नऊ जवानांच्या नेतृत्वात सिंग होते. सिंह आणि त्यांच्या विभागाला पाकिस्तानी सैन्याने त्यांचे स्थान काबीज करण्याचे सलग तीन प्रयत्न रोखण्यात यश मिळवले. तिसऱ्या लाटेच्या शेवटी, पोस्टवरील 27 पैकी 24 जण मरण पावले किंवा गंभीर जखमी झाले. सिंग या पोस्टवर सेक्शन कमांडर म्हणून, "अनुकरणीय" नेतृत्वाचे प्रदर्शन केले आणि आपल्या जखमांना बळी पडेपर्यंत त्यांनी आपल्या जवानांना प्रेरित केले. नौशहराच्या लढाईसाठी हा एक अतिशय गंभीर क्षण ठरला. याच दरम्यान, ब्रिगेडियर उस्मान यांनी ताईन धारला बळ देण्यासाठी तिसऱ्या (पॅरा) बटालियन, राजपूत रेजिमेंटची एक कंपनी पाठवली. सिंह यांनी पाकिस्तानी सैन्याला बराच काळ गुंतवून ठेवल्याशिवाय या चौक्या पुन्हा ताब्यात घेणे अशक्य झाले असते.

6 फेब्रुवारी 1948 रोजी सिंग यांना त्यांच्या कृतीबद्दल मरणोत्तर भारताचा सर्वोच्च लष्करी सन्मान, परमवीर चक्र प्रदान करण्यात आला. अधिकृत उद्धरण खालीलप्रमाणे आहे:

6 फेब्रुवारी 1948 रोजी तायंधर येथे क्रमांक 2 पिकेटमध्ये, 27373 क्रमांक नाईक जदुनाथ सिंग हे शत्रूच्या हल्ल्याचा संपूर्ण फटका सहन करणाऱ्या फॉरवर्ड सेक्शन पोस्टवर होते. जबरदस्त शक्यतांविरुद्ध नऊ पुरुषांनी छोट्या पोस्टची सुरक्षा केली. या चौकीवर मात करण्यासाठी शत्रूने एकापाठोपाठ एक हल्ले चढवले. पहिली लाट एका

भयंकर हल्ल्यात पोस्टपर्यंत गेली. महान शौर्य आणि नेतृत्वाचे उत्कृष्ट गुण दाखवून नाईक जदुनाथ सिंह यांनी आपल्या ताब्यातील लहान शक्तीचा इतका वापर केला की शत्रू पूर्णपणे गोंधळात पडला. त्याचे चार माणसे जखमी झाले पण नाईक जौनाथसिंगने आणखी एका हल्ल्याला तोंड देण्यासाठी आपल्या हाताखालील हतबल सैन्याची पुनर्रचना करून चांगले नेतृत्वाचे गुण पुन्हा दाखवले. त्याची शीतलता आणि धैर्य अशा क्रमाने होते की पुरुष एकत्र आले आणि दुसऱ्या हल्ल्यासाठी सज्ज झाले जे आधीच्या हल्ल्यापेक्षा अधिक दृढनिश्चयाने आणि मोठ्या संख्येने आले. हताशपणे मागे पडले असले तरी, नाईक जदुनाथ सिंग यांच्या शूर नेतृत्वाखाली या पदाने प्रतिकार केला. सर्व जखमी झाले, आणि उजव्या हाताला दुखापत झाली असली तरी नाईक जदुनाथ सिंग यांनी जखमी ब्रेन तोफखान्याकडून वैयक्तिकरित्या ब्रेन बंदूक ताब्यात घेतली. पोस्टाच्या भिंतीवर शत्रू अगदी बरोबर होता पण नाईक जदुनाथ सिंग यांनी पुन्हा एकदा उत्कृष्ट क्षमता आणि कृतीत पराक्रम दाखवला. त्याच्या वैयक्तिक सुरक्षेकडे पूर्ण दुर्लक्ष करून आणि शीतलता आणि धैर्याचे उदाहरण देऊन, त्याने आपल्या माणसांना लढण्यासाठी प्रोत्साहित केले. त्याची आग इतकी विध्वंसक होती की, जे येऊ घातलेल्या पराभवासारखे दिसत होते त्याचे विजयात रूपांतर झाले आणि शत्रू मृत आणि जखमींना जमिनीवर टाकून गोंधळात माघारला. या सर्वोच्च वीरतेच्या कृतीने आणि नेतृत्व आणि दृढनिश्चयाचे उत्कृष्ट उदाहरण, नाईक जदुनाथ सिंह यांनी दुसऱ्या हल्ल्यापासून हे पद वाचवले. यावेळी, पोस्टमधील सर्व पुरुष जखमी झाले होते. शत्रूने आपला तिसरा आणि शेवटचा हल्ला कमी न होता आणि ही पोस्ट ताब्यात घेण्याचा निर्धार केला. नाईक जदुनाथ सिंग, आता जखमी झाले होते, त्यांनी अक्षरशः एकट्याने तिसऱ्यांदा युद्धाची तयारी केली. मोठ्या धैर्याने आणि दृढनिश्चयाने, तो संगारातून बाहेर आला b आणि शेवटी स्टेन गनच्या सहाय्याने, पुढे जाणाऱ्या शत्रूवर अत्यंत भव्य एकहाती आरोप केले, जो पूर्णपणे आश्चर्यचकित होऊन, गोंधळात पळून गेला. नायक जदुनाथ सिंग यांना मात्र त्यांच्या तिसऱ्या आणि शेवटच्या आरोपात दोन गोळ्या डोक्यात आणि छातीत लागल्याने त्यांचा शौर्याने

मृत्यू झाला. अशाप्रकारे, पुढे जाणाऱ्या शत्रूवर एकहाती आरोप करत, या अ-आयुक्त अधिकाऱ्याने शौर्य आणि आत्मत्यागाची सर्वोच्च कामगिरी बजावली आणि असे करून आपले विभाग-नाही, अत्यंत गंभीर स्थितीत शत्रूच्या हातून निसटून जाण्यापासून त्याचे संपूर्ण पिकेट वाचले. नुशेराच्या बचावासाठीच्या लढाईतला टप्पा.

10

मेजर सोमनाथ शर्मा

मेजर सोमनाथ शर्मा

Indian Army

Scan for Story Videos - www.itibook.com

मेजर सोमनाथ शर्मा यांचा जन्म 31 जानेवारी 1923 रोजी हिमाचल प्रदेश (तत्कालीन पंजाब प्रांत) मधील कांगडा जिल्ह्यातील दादह जिल्ह्यात झाला. तो खरोखर लष्करी कुटुंबातील होता ज्यात त्याचे वडील, भाऊ आणि बहीण सर्वांनी सैन्यात सेवा केली. त्यांचे वडील, मेजर जनरल विश्वनाथ शर्मा हे लष्करी अधिकारी होते, तसेच त्यांचे भाऊ लेफ्टनंट जनरल सुरिंदर नाथ शर्मा आणि जनरल विश्वनाथ शर्मा होते, तर त्यांची बहीण, मेजर कमला तिवारी या वैद्यकीय डॉक्टर होत्या. ते नैनिताल येथील शेरवूड महाविद्यालयात गेले आणि वयाच्या दहाव्या वर्षी रॉयल मिलिटरी अकादमीत सामील होण्यापूर्वी प्रिन्स ऑफ वेल्स रॉयल मिलिटरी कॉलेज, डेहराडून येथे प्रवेश घेतला. 22 फेब्रुवारी 1942 रोजी त्यांची लष्करी सेवा सुरू झाली, कारण ते ब्रिटिश भारतीय सैन्याच्या 8व्या बटालियन, 19व्या हैदराबाद रेजिमेंटमध्ये (नंतर 4थी बटालियन कुमाऊं रेजिमेंट) मध्ये नियुक्त झाले होते, त्याच रेजिमेंटमध्ये त्यांचे मामा कॅप्टन कृष्ण दत्त वासुदेव यांनी काम केले होते.

मेजर सोम नाथ शर्मा ब्रिटीश सैन्यासोबत बर्मामध्ये कर्नल केएस थिम्मय्या (नंतर लष्करप्रमुख) यांच्या नेतृत्वाखाली द्वितीय

विश्वयुद्धात लढले. पहिल्याच पोस्टिंगमध्ये तो अराकानमध्ये तैनात झाला आणि त्याने आपली क्षमता सिद्ध केली. आराकानमध्ये जपानी लोकांशी लढताना त्यांचा एक सैनिक जखमी झाला आणि शत्रूच्या गोळीबारानंतरही त्यांनी जखमी सैनिक “बहादूर”ला खांद्यावर घेऊन उपचारासाठी सुरक्षित ठिकाणी नेले. या धाडसासाठी त्यांना ‘मेन्शन इन डिस्पॅच’ पुरस्काराने सन्मानित करण्यात आले.

03 नोव्हेंबर 1947 रोजी, मेजर सोमनाथ शर्मा आणि त्यांच्या कंपनीला बडगाम गावात पोहोचण्याचा आदेश देण्यात आला आणि तेथील परिस्थितीचा ताबा घेण्यासाठी. त्याच्या डाव्या हाताला दुखापत झाली होती आणि प्लॅस्टर कास्टमध्ये होता, कारण त्याने हॉकी सामन्यात तो मोडला होता. पण त्याने आपल्या कंपनीसोबत लढाईत असण्याचा आग्रह धरला. बडगाम हा त्या मार्गांपैकी एक होता ज्यातून पाकिस्तानी हल्लेखोर श्रीनगरकडे कूच करत होते. सुसज्ज सैनिकांच्या दोन कंपन्यांना बडगाम आघाडी, मेजर सोमनाथ यांच्या नेतृत्वाखाली 4 कुमाऊँची कंपनी ए आणि कॅप्टन रोनाल्ड वुड यांच्या नेतृत्वाखालील 1 पॅरा कुमाऊँची कंपनी डी. तैनात केलेल्या तुकड्या ब्रिगेडियर एलपी सेन यांच्या नेतृत्वाखाली होत्या.

गावात, 500 हल्लेखोरांचा एक गट गुलमर्गहून बडगामजवळ आला आणि लवकरच कंपनीला तीन बाजूंनी घेरले. मेजर शर्मा यांच्या कंपनीवर प्रचंड गोळीबार आणि मोर्टारचा भडिमार झाला आणि त्यात मोठी जीवितहानी झाली. त्यांची संख्या सात ते एकापेक्षा जास्त होती, परंतु मेजर शर्माला हे माहीत होते की बडगाम गाव खूप महत्त्वाचे आहे आणि त्यांच्या स्थितीत तोटा झाल्यास श्रीनगर शहर आणि विमानतळ असुरक्षित होईल.

मेजर शर्माने आपल्या कंपनीला धैर्याने लढण्याचे आवाहन केले आणि मासिके भरण्याचे आणि हलक्या मशीन गन चालवणाऱ्या सैनिकांना देण्याचे काम हाती घेतले. स्वतःच्या जिवाची भीती न बाळगता आपल्या माणसांना प्रेरित करत तो पोस्ट ते पोस्ट धावला. शत्रूशी लढत असताना, दारूगोळ्याच्या मध्यभागी एक मोर्टार शेलचा स्फोट झाला ज्यामुळे त्याच्या जवळ स्फोट झाला आणि तो शहीद

झाला. त्यांच्या मृत्यूच्या काही क्षण आधी ब्रिगेड मुख्यालयातील त्यांचे शेवटचे प्रसारण आम्हाला अजूनही प्रेरणा देते, 'शत्रू आमच्यापासून फक्त 50 यार्डांवर आहेत. आमची संख्या खूप जास्त आहे. आम्ही विनाशकारी आगीखाली आहोत. मी एक इंचही माघार घेणार नाही पण आमच्या शेवटच्या माणसापर्यंत आणि आमच्या शेवटच्या फेरीपर्यंत लढेन.

रिलीफ कंपनी बडगामला पोहोचेपर्यंत त्यांची स्थिती गेली होती. तथापि, हल्लेखोरांच्या 200 बळींमुळे त्यांची प्रगती कमी झाली, भारतीय सैन्याने श्रीनगर एअरफील्डमध्ये उड्डाण करण्यासाठी आणि श्रीनगरला जाणारे सर्व मार्ग अवरोधित करण्यासाठी वेळ विकत घेतला. मेजर सोमनाथ शर्मा यांनी श्रीनगर आणि कदाचित काश्मीरचे पडसाद रोखण्यात मोलाची भूमिका बजावली असे म्हणता येईल.

मेजर सोमनाथ शर्मा यांनी वयाच्या 25 व्या वर्षी देशासाठी आपले प्राण अर्पण केले आणि स्वतंत्र भारताचे पहिले “परमवीर चक्र” प्राप्त झाले. त्यांची शौर्यगाथा, नेतृत्व आणि अखंड लढाऊ भावनेची गाथा भावी पिढ्यांना प्रेरणा देत राहील.

3 नोव्हेंबर 1947 रोजी, मेजर सोमनाथ शर्मा यांच्या कंपनीला काश्मीर खोऱ्यातील बडगाम गावात लढाऊ गस्त घालण्याचे आदेश देण्यात आले. त्याने 3 नोव्हेंबर रोजी प्रथम प्रकाशात आपले उद्दिष्ट गाठले आणि 1100 वाजता बडगामच्या दक्षिणेकडे स्थान स्वीकारले. शत्रूने, अंदाजे 700, त्याच्या कंपनीच्या स्थानावर 3-इंच मोर्टार, एलएमजी आणि रायफलसह हल्ला केला. पूर्णतः ओलांडली गेली आणि तीन बाजूंनी विझणारी आग तिच्या स्थितीत आणली गेली, कंपनीला मोठ्या प्रमाणात जीवितहानी होऊ लागली.

परिस्थितीचे गांभीर्य आणि शत्रूचा हल्ला रोखला गेला नाही तर श्रीनगर आणि एअरोड्रॉम दोघांना होणारा थेट धोका लक्षात घेऊन, हम होम मार्गे श्रीनगरकडे जाणारे अंतर बंद करण्यासाठी मजबुतीकरण केले जाऊ शकत नाही, मेजर शर्मा यांनी त्यांच्या कंपनीला लढा देण्यास उद्युक्त केले. शत्रू अत्यंत शौर्याने, मोकळ्या मैदानातून त्याच्या विभागाकडे धावत राहिला आणि त्यांना पकडण्यासाठी उद्युक्त

करण्यासाठी स्वतः ला जड आणि अचूक आगीचा सामना करावा लागला. आपली मज्जा ठेऊन, त्याने कुशलतेने त्याच्या विभागातील आग सतत पुढे जाणाऱ्या शत्रूकडे निर्देशित केली. त्याने वारंवार शत्रूच्या आगीच्या पूर्ण रोषाला तोंड दिले आणि आमच्या विमानांना शत्रूच्या पूर्ण दृष्टीकोनातून त्यांच्या लक्ष्यांवर मार्गदर्शन करण्यासाठी कापडी हवाई पट्ट्या तयार केल्या.

घातपातामुळे त्याच्या लाइट ऑटोमॅटिक्सच्या परिणामकारकतेवर परिणाम झाला आहे हे लक्षात घेऊन, या अधिकाऱ्याने, ज्याचा डावा हात प्लास्टरमध्ये होता, त्याने वैयक्तिकरित्या मासिके भरणे आणि लाइट मशीन गनर्सना देणे सुरू केले. दारुगोळ्याच्या मध्यभागी एक मोर्टार शेल उतरल्याने त्याचा स्फोट झाला ज्यामुळे त्याचा मृत्यू झाला.

मेजर शर्माची कंपनी आपल्या स्थितीवर टिकून राहिली आणि अवशेष जवळजवळ पूर्णपणे वेढलेले असतानाच माघार घेतली. त्याच्या प्रेरणादायी उदाहरणामुळे शत्रूला सहा तास उशीर झाला, अशा प्रकारे शत्रूच्या आगाऊपणाला रोखण्यासाठी आमच्या मजबुतीकरणाला हम होममध्ये स्थान मिळण्यास वेळ मिळाला. त्याचे नेतृत्व, शौर्य आणि कणखर संरक्षण असे होते की या शूर अधिकाऱ्याच्या मृत्यूनंतरच्या एका तासात त्याच्या जवानांना शत्रूची संख्या सात ते एकाने सहा तासांनी लढण्याची प्रेरणा मिळाली.

भारतीय लष्कराच्या इतिहासात क्वचितच बरोबरीचे धैर्य आणि गुणांचे उदाहरण त्यांनी मांडले आहे. ब्रिगेड मुख्यालयाला त्याचा शेवटचा संदेश त्याला मारल्याच्या काही क्षण आधी मिळाला होता: "शत्रू आपल्यापासून फक्त 50 यार्डांवर आहे. आमची संख्या खूप जास्त आहे. आम्ही विनाशकारी आगीखाली आहोत. मी एक इंचही माघार घेणार नाही पण शेवटच्या माणसापर्यंत आणि शेवटच्या फेरीपर्यंत लढेन.

11

लेफ्टनंट अरुण खेतरपाल

लेफ्टनंट अरुण खेतरपाल

Indian Army

Scan for Story Videos - www.itibook.com

द्वितीय लेफ्टनंट अरुण खेतरपाल, PVC (14 ऑक्टोबर 1950 - 16 डिसेंबर 1971) पुणे, महाराष्ट्र येथे जन्मलेले, भारतीय सैन्याचे अधिकारी आणि शत्रूचा सामना करण्यासाठी पराक्रमासाठी भारतातील सर्वोच्च लष्करी अलंकार, परमवीर चक्र मरणोत्तर प्राप्तकर्ता होते. बांगलादेश युद्धादरम्यान बसंतरच्या लढाईत त्यांचा मृत्यू झाला जेथे त्यांच्या कृतीमुळे त्यांना सन्मान मिळाला.

अरुण खेतरपाल यांचा जन्म 14 ऑक्टोबर 1950 रोजी पुणे, महाराष्ट्र येथे झाला. उद्धरण आवश्यक त्यांचे वडील ब्रिगेडियर एम.एल. खेतरपाल भारतीय सैन्यात सेवा करत होते आणि त्यांच्या कुटुंबाचा दीर्घकाळ सेवेचा इतिहास आहे. एक सक्षम विद्यार्थी आणि खेळाडू म्हणून स्वतःला ओळखले आणि शाळेचे प्रीफेक्ट होते. 3 खेतरपाल 1967 मध्ये राष्ट्रीय संरक्षण अकादमीमध्ये सामील झाले. ते फॉक्सट्रॉट स्क्वाड्रनचे होते जेथे ते 38 व्या कोर्सचे स्क्वाड्रन कॅडेट कॅप्टन होते. त्याचा एनडीए क्रमांक ७४९८/एफ/३८ होता. त्यानंतर ते इंडियन मिलिटरी अकादमीत रुजू झाले. जून 1971 मध्ये खेतरपाल यांना 17 पूना हॉर्समध्ये नियुक्त करण्यात आले

१९७१ चे युद्ध

बांगलादेश युद्धादरम्यान, 17 पूना हॉर्सला भारतीय सैन्याच्या 47 व्या पायदळ ब्रिगेडच्या कमांडवर सोपवण्यात आले होते. संघर्षाच्या कालावधीत, 47 व्या ब्रिगेडने बसंतरच्या लढाईत शकरगढ सेक्टरमध्ये कारवाई केली.

बसंतरची लढाई

47 व्या ब्रिगेडसाठी निश्चित केलेल्या कामांपैकी बसंतर नदीच्या पलीकडे एक पूल उभारणे हे होते. 15 डिसेंबरच्या 2100 तासापर्यंत, ब्रिगेडने आपली उद्दिष्टे प्राप्त केली होती. तथापि, त्या ठिकाणी मोठ्या प्रमाणावर खनन करण्यात आले होते, ज्यामुळे पूना घोड्याच्या टाक्या तैनात करणे टाळले गेले होते आणि खाणी साफ करणारे अभियंते त्यांच्या कामाच्या अर्ध्या मार्गावर होते, जेव्हा ब्रिज-हेडवरील भारतीय सैन्याने शत्रूच्या चिलखतांच्या चिंताजनक हालचालींची माहिती दिली आणि तात्काळ मदत करण्यास सांगितले. चिलखत समर्थन. या गंभीर वळणावर 17 पूना घोड्याने खाण-क्षेत्रातून पुढे जाण्याचा निर्णय घेतला. रेजिमेंट दुसऱ्या दिवशी पहिल्या प्रकाशापर्यंत ब्रिज-हेडवर चिलखत आणि पायदळ यांच्यात दुवा स्थापित करण्यात सक्षम होती. 5

ब्रिज-हेड

16 डिसेंबर रोजी 0800 वाजता, जरपाल येथे 17 व्या पूना हॉर्सच्या पिव्होटवर स्मोक्सस्क्रीनच्या आच्छादनाखाली पाकिस्तानी चिलखतांनी त्यांच्या प्रति-हल्लापैकी पहिला हल्ला केला. 16 डिसेंबर रोजी रात्री 08.00 वाजता, अमेरिकेच्या तत्कालीन अत्याधुनिकतेने सुसज्ज असलेल्या पाकिस्तानी 13 लान्सर्सनी 50 टन वजनाच्या पॅटन टँकने जारपाल येथील 'बी' स्क्वॉड्रन, द पूना हॉर्स येथे स्मोक्सस्क्रीनच्या आवरणाखाली प्रथम प्रतिहल्ला केला. . त्याच्या स्क्वाड्रन कमांडरने तातडीने मजबुतीकरण मागवले. अरुण खेतरपाल, जो 'ए' स्क्वॉड्रनमध्ये होता आणि त्याच्या सेंच्युरियन टँकच्या तुकडीसह जवळच तैनात होता, त्याने त्याच्या उर्वरित रेजिमेंटप्रमाणेच तत्परतेने प्रतिसाद दिला. अचूक तोफखाना, आमच्या टँक ट्रूपच्या कूलनेस आणि प्रतिष्ठित CO, लेफ्टनंट कर्नल (नंतर लेफ्टनंट जनरल) हनुत सिंग, MVC यांच्याकडून तळागाळात त्याच्या धडाकेबाज सैन्याचे नेते अरुण

खेतरपाल यांच्या वैयक्तिक टँक कमांडर्सने पहिला पलटवार नष्ट केला. 13 लॅन्सर्सने आणखी दोन स्क्वॉड्रन स्तरावर प्रतिआक्रमण केले, परंतु काही उपयोग झाला नाही आणि पुरुष आणि सामग्रीसाठी या अन्यथा जुनी आणि सुस्थापित घोडदळ रेजिमेंटला फार मोठी किंमत मोजावी लागली. पाकिस्तानी चिलखत आणि पायदळ यांच्या विरुद्ध मोठ्या प्रमाणात, "B" स्क्वॉड्रनच्या कमांडरने बोलावले. त्वरित मजबुतीकरण. हा कॉल 2रे लेफ्टनंट अरुण खेतरपाल यांनी घेतला, जो स्क्वॉड्रनच्या जवळ तैनात होता, त्याच्या दोन रणगाड्या आणि सैन्याच्या तुकड्यांसह. खेतरपालने पाकिस्तानी आरमाराला भेटण्यासाठी चाक चालवले आणि थेट पाकिस्तानी हल्ल्यात प्रवेश केला. आपल्या सैन्यासह तो आपल्या रणगाड्यांसह शत्रूच्या आगाऊ भागावर धावू शकला आणि शत्रूच्या काही पायदळ आणि शस्त्रास्त्र दलांना बंदुकीच्या जोरावर पकडले. मात्र, या हल्ल्यात दुसऱ्या रणगाड्याचा कमांडर मारला गेला. एकट्याने प्रभारी म्हणून, खेतरपालने शत्रूच्या किल्ल्यांवर हल्ला सुरूच ठेवला जोपर्यंत त्याने पाकिस्तानी पोझिशन्सचा पराभव केला नाही तोपर्यंत त्याने माघार घेणारे पाकिस्तानी सैन्य आणि तोफखाना या प्रक्रियेत पाकिस्तानी रणगाडे पाडून टाकले. मात्र पाकिस्तानी सैन्याने पुन्हा संघटित होऊन पलटवार केला. त्यानंतरच्या रणगाडा युद्धात शत्रूच्या दहा टाक्या आदळल्या आणि नष्ट झाल्या, ज्यामध्ये खेतरपालचे चार होते. 6 7

मृत्यू

शत्रूच्या गोळीबारामुळे लेफ्टनंटला मात्र चकमकीचा फटका बसला, परंतु रणगाडा सोडण्याऐवजी तो कॅप्टन ख्वाजा मोहम्मद नासेरने भारावून जाण्यापूर्वी एक अंतिम टाकी नष्ट करण्यासाठी लढला. तथापि, त्याच्या कृतीने पाकिस्तानी सैन्यासाठी महत्त्वपूर्ण यश नाकारले होते आणि त्याऐवजी भारतीयांना शकरगढच्या उभारणीत मजबूत स्थितीत आणले होते. रेडिओवरून एका वरिष्ठ अधिकाऱ्याला त्याचे शेवटचे शब्द ज्याने त्याला त्याची जळत टाकी सोडून देण्याचे आदेश दिले होते ते होते, "नाही सर, मी माझी टाकी सोडणार नाही. माझी बंदूक अजूनही कार्यरत आहे आणि मला हे हरामी सापडतील." मग त्याने उरलेल्या

शत्रूच्या टाक्या नष्ट करण्याचा प्रयत्न केला. त्याने शूट केलेला शेवटचा शत्रूचा टाकी त्याच्या स्थानापासून केवळ 100 मीटर अंतरावर होता. या टप्प्यावर त्याच्या टाकीला दुसरी धडक बसली आणि तो प्राणघातक जखमी झाला. पाकिस्तानी लष्कराला अपेक्षित यश नाकारत अधिकाऱ्याने त्याचा मृत्यू झाला. खेतरपालची टाकी "फामागुस्ता" पुनर्संचयित करण्यात आली आणि आता प्रदर्शनात आहे. शत्रूचा सामना करताना त्यांच्या विलक्षण शौर्याबद्दल, खेतरपाल यांना मरणोत्तर सर्वोच्च युद्धकालीन शौर्य पदक, परमवीर चक्र देऊन सन्मानित करण्यात आले.

पीव्हीसी उद्धरण

त्यांना देण्यात आलेल्या परमवीर चक्रासाठीचे प्रशस्तिपत्रक असे आहे:

16 डिसेंबर 1971 रोजी, 'बी' स्क्वॉड्रनचे स्क्वॉड्रन कमांडर, पूना हॉर्सने ताकदीने श्रेष्ठ असलेल्या पाकिस्तानी आरमाराने शकरगड सेक्टरमधील जरपाल येथे काउंटर हल्ला केल्याने मजबुतीकरण करण्यास सांगितले. हे प्रसारण ऐकल्यावर, 'ए' स्क्वॉड्रनमध्ये असलेले सेकंड लेफ्टनंट अरुण खेतरपाल, स्वेच्छेने इतर स्क्वॉड्रनला मदत करण्यासाठी आपल्या सैन्यासह पुढे गेले. वाटेत, बसंतर नदी ओलांडत असताना, द्वितीय लेफ्टनंट अरुण खेतरपाल आणि त्यांचे सैन्य शत्रूच्या मजबूत पॉइंट्स आणि आरसीएल बंदुकांच्या घरट्यांमधून गोळीबारात आले. वेळ महत्त्वाचा होता आणि 'बी' स्क्वॉड्रन सेक्टरमध्ये गंभीर परिस्थिती विकसित होत असताना, लेफ्टनंट अरुण खेतरपाल यांनी सावधगिरीने वाऱ्यावर फेकले आणि येऊ घातलेल्या शत्रूच्या स्ट्राँग पॉईंटवर शाब्दिक चार्जिंग करून हल्ला करण्यास सुरुवात केली, त्यांच्या रणगाड्यांसह संरक्षण कार्य उधळले आणि काबीज केले. पिस्तुल पॉईंटवर शत्रूचे पायदळ आणि शस्त्र दल. त्याच्या सैन्याचा कमांडर मारला गेला. सेकंड लेफ्टनंट अरुण खेतरपालने शत्रूच्या सर्व विरोधावर मात करेपर्यंत अथक हल्ला सुरूच ठेवला आणि त्यांनी 'बी' स्क्वॉड्रन पोझिशनच्या दिशेने प्रवेश केला, अगदी वेळेत शत्रूचे रणगाडे या स्क्वॉड्रनवरील त्यांच्या प्राथमिक तपास हल्ल्यानंतर मागे खेचले.

तो लढाईच्या रानटी उत्साहाने आणि त्याच्या स्वतःच्या डोक्यावरच्या धक्क्याने इतका वाहून गेला की त्याने माघार घेणाऱ्या टाक्यांचा पाठलाग सुरू केला आणि एकाला गोळी मारून नष्ट करण्यातही तो यशस्वी झाला. त्यानंतर लगेचच, शत्रूने दुसऱ्या हल्ल्यासाठी चिलखतांच्या तुकडीने सुधारणा केली आणि यावेळी त्यांनी सेकंड लेफ्टनंट अरुण खेतरपाल यांच्या ताब्यातील सेक्टर आणि इतर दोन टाक्या त्यांच्या मुख्य प्रयत्नासाठी पॉइंट म्हणून निवडल्या. भयंकर रणगाड्याच्या लढाईत शत्रूच्या दहा टाक्या आदळल्या आणि नष्ट झाल्या ज्यात सेकंड लेफ्टनंट अरुण खेतरपाल गंभीर जखमी झाले. त्याला त्याचा रणगाडा सोडून देण्यास सांगण्यात आले परंतु शत्रू अत्यंत वाईटरित्या नष्ट झाला असला तरी तो त्याच्या जबाबदारीच्या क्षेत्रात पुढे जात आहे आणि जर त्याने आपला रणगाडा सोडला तर शत्रू तुटून पडेल, असे त्याच्या लक्षात आले, त्याने शत्रूच्या दुसऱ्या रणगाड्यावर शौर्याने लढा दिला आणि या टप्प्यावर तो नष्ट केला. त्याच्या टाकीला दुसरा फटका बसला ज्यामुळे या शूर अधिकाऱ्याचा मृत्यू झाला.

सेकंड लेफ्टनंट अरुण खेतरपाल हे मरण पावले होते पण त्यांनी आपल्या निडर शौर्याने तो दिवस वाचवला होता; शत्रूला तो जिवावर उदारपणे शोधत होता ते यश नाकारण्यात आले. शत्रूचा एकही टाकी पुढे गेला नाही.

द्वितीय लेफ्टनंट अरुण खेतरपाल यांनी नेतृत्व, ध्येयाची दृढता आणि शत्रूशी जवळीक साधण्याची इच्छाशक्ती हे उत्तम गुण दाखवले होते. कर्तव्याच्या हाकेच्या पलीकडे हे धैर्य आणि आत्मत्यागाचे कृत्य होते.

श्रद्धांजली आणि तथ्ये

1.भारतीय सैन्याने अनेक धाडसी अधिकारी निर्माण केले आहेत ज्यांनी कर्तव्य बजावताना आपले प्राण अर्पण केले आहेत. मात्र खेतरपालचे शौर्य हे लष्कराच्या इतिहासातील सर्वोच्च बिंदू ठरले आहे. त्यांचे शौर्य लष्कराच्या लोकभावनेत खोलवर रुजलेले आहे आणि भारतीय सैन्याच्या इतर कोणत्याही अधिकाऱ्यापेक्षा उंच असलेल्या IMA आणि NDA मधील त्यांच्या नावावर असलेल्या असंख्य

इमारतींवरून ते स्पष्ट होते. 2. IMA चे खेतरपाल नावाचे सभागृह आहे आणि सर्व उत्तीर्ण अधिकारी या इमारतीसमोर शपथ घेतात. 3. IMA मध्ये खेतरपाल नावाचे मुख्य प्रवेशद्वार आहे. 4. NDA मधील मुख्य मैदानाचे नाव खेतरपाल मैदान आहे. 5.अरुण खेतरपालच्या टाकीला फामागुस्ता जेएक्स 202 असे म्हणतात. ते युद्धानंतर पुनर्संचयित केले गेले आणि आर्मर्ड कॉर्प्स सेंटर आणि स्कूल अहमदनगरमध्ये ठेवण्यात आले. 6.फामागुस्ताचा चालक दल सोवर प्रयाग सिंग होता. सोवर नंद सिंग, रेडिओ ऑपरेटर. सोवर नाथू सिंग, तोफखाना आणि 2/ लिटर अरुण खेतरपाल, कमांडर. 7.नंदसिंग यांचा पहिला मृत्यू झाला. हे मेजर नासरशी झालेल्या जीवघेण्या चकमकीच्या अगदी आधीचे होते. त्यानंतर अरुणचा मृत्यू झाला. प्रयाग सिंग आणि नाथू सिंग हे दोघेही गंभीर जखमी झाले होते पण ते बचावले आणि लष्करातून मा. कर्णधार. 8.अरुण खेतरपाल यांच्या आईला 26 डिसेंबरपर्यंत त्यांच्या मृत्यूची बातमी मिळाली नव्हती. १७ डिसेंबरला युद्ध संपल्याचे ऐकून तिने त्याची मोटरसायकल सर्व्हिस करून घेतली होती आणि त्याची खोली सजवली होती. 9. 17 डिसेंबर रोजी सांबा जिल्ह्याजवळ त्यांच्यावर अंत्यसंस्कार करण्यात आले. लहान रुमालामध्ये त्याच्या सर्व कुटुंबाची राख होती. 10.श्रीमती इंदिरा गांधी यांनी युद्धानंतर अरुणच्या आई श्रीमती खेतरपाल यांची भेट घेतली आणि त्यांच्या डोळ्यात अश्रू आणून 'आप धन्य है' हे उद्गार सांगितले. 11.अरुण खेतरपाल त्याच्या आईला भेटण्यासाठी आणि निरोप घेण्यासाठी त्यांची रेजिमेंट मोर्चेकडे निघायच्या आधी रात्री गेट क्रॅश झाला होता. त्याच्या आईचे शेवटचे शब्द होते 'सिंहासारखे लढा आणि भ्याड परत येऊ नका.'

वारसा

"एकच प्रसंग जेव्हा 13 लान्सर्सच्या दोन स्क्वॉड्रनने दुपारी एकत्रितपणे हल्ला केला, परंतु पूना हॉर्सच्या 2/लेफ्टनंट अरुण खेतरपालच्या शौर्याने शेवटच्या खाईत उभे राहून धोका टळला." मेजर (निवृत्त) एएच अमीन (पाकिस्तान आर्मर कॉर्प्स - स्तंभलेखक आणि इतिहासकार). पाकिस्तान टँक बटालियनच्या कमांडरने युद्धानंतर भारतीय बटालियन कमांडरची भेट घेतली आणि 2रे लेफ्टनंट खेतरपाल

यांच्या रणगाड्याबद्दल चौकशी केली असे म्हटले जाते कारण ते या विशिष्ट टँक कमांडरच्या शौर्याने खूप प्रभावित झाले होते.

2001 मध्ये, ब्रिगेडियर एमएल खेतरपाल - आता 81 वर्षांचे आहेत - यांना त्यांच्या जन्मस्थानी सरगोधा येथे भेट देण्याची तीव्र इच्छा होती, जी आता पाकिस्तानमध्ये आहे. लाहोर विमानतळावर, ब्रिगेडियर एमएल खेतरपाल यांची ब्रिगेडियर ख्वाजा मोहम्मद नासेर यांनी भेट घेतली, त्यांनी स्वतः ब्रिगेडियर एमएल खेतरपाल होस्ट आणि मार्गदर्शक म्हणून स्वीकारले. ब्रिगेडियर एमएल खेतरपाल यांची सरगोधा येथील त्यांच्या जुन्या घराला समाधानकारक आणि नॉस्टॅल्जिक भेट मिळाली याची खात्री करण्यासाठी ब्रिगेडियर नासेर खरोखरच बाहेर गेले. लाहोरला परतल्यावर तो पुन्हा तीन दिवस ब्रिगेडियर नासेरचा पाहुणा होता.

ब्रिगेडियर एमएल खेतरपाल यांना ब्रिगेडियर नासेर आणि त्यांच्या कुटुंबातील सर्व सदस्यांनी आणि त्यांच्या अनेक सेवकांनी दिलेली अत्यंत दया, आदर, सौजन्य आणि आदर पाहून ते भारावून गेले. तथापि ब्रिगेडियर खेतरपाल यांना वाटले की काहीतरी चुकले आहे परंतु ते काय आहे ते समजू शकले नाहीत. लांबलचक शांतता त्यांच्या ॲनिमेटेड संभाषणाला विराम देत होती की कुटुंबातील स्त्रियांच्या डोळ्यात ते करुणेचे रूप होते? तो बाहेर काढू शकला नाही पण त्याला खात्री होती की त्याच्याशी कोणीतरी विशेष म्हणून वागले जात आहे.

शेवटी, ब्रिगेडियर एम.एल. खेतरपाल यांच्या जाण्याच्या आदल्या रात्री, ब्रिगेडियर नासेर म्हणाले, 'सर, एक गोष्ट आहे जी मला तुम्हाला अनेक वर्षांपासून सांगायची होती पण तुमच्यापर्यंत कसे जायचे ते मला कळत नव्हते. शेवटी, नशिबाने हस्तक्षेप केला आणि तुम्हाला सन्माननीय पाहुणे म्हणून माझ्याकडे पाठवले. गेल्या काही दिवसांपासून आम्ही एकमेकांच्या जवळ आलो आहोत आणि त्यामुळे माझे काम आणखी कठीण झाले आहे. हे तुमच्या मुलाबाबत आहे, जो अर्थातच भारतातील राष्ट्रीय नायक आहे. तथापि, त्या दुर्दैवी दिवशी, तुमचा मुलगा आणि मी सैनिक होतो, एकमेकांना अनोळखी, आपापल्या देशांच्या सन्मानासाठी आणि सुरक्षिततेसाठी लढत होतो. तुझा मुलगा

माझ्या हातून मरण पावला हे सांगताना मला खेद वाटतो. अरुणचे धैर्य अनुकरणीय होते आणि त्याने आपल्या सुरक्षिततेबद्दल पूर्णपणे बेफिकीर, निर्भय धैर्याने आणि धाडसाने आपली टाकी हलवली. शेवटी आम्ही दोघे समोरासमोर उभे राहिलो होतो तोपर्यंत टँकची हानी खूप जास्त होती. आम्ही दोघांनी एकाच वेळी गोळीबार केला. मी जगायचे आणि तो मरणार हे नियतीने ठरवले होते.

तो किती तरुण होता आणि तो कोण होता हे मला नंतरच कळले. मी तुला क्षमा मागू असे वाटले होते, पण कथा सांगताना मला कळले की क्षमा करण्यासारखे काहीही नाही. त्याऐवजी तुमच्या मुलाने इतक्या लहान वयात जे केले त्याबद्दल मी तुम्हाला सलाम करतो आणि मी तुम्हाला देखील सलाम करतो, कारण मला माहित आहे की तो इतका तरुण कसा झाला. शेवटी ते चारित्र्य आणि मूल्ये महत्त्वाचे आहेत.

ब्रिगेडियर एमएल खेतरपाल गप्प होते कारण त्यांना प्रतिक्रिया कशी द्यावी हे माहित नव्हते. ज्याने आपल्या मुलाला मारले होते त्याच्या पाहुणचाराचा आनंद घेणे ही एक गोंधळात टाकणारी भावना होती. तथापि, स्वतः एक सैनिक असूनही, त्याने अशा अधिकाऱ्याच्या शौर्याचे मनापासून कौतुक केले ज्याचे संपूर्ण स्क्वाड्रन त्याच्या मुलाने नष्ट केले.

दोन्ही ब्रिगेडियर रात्रभर विचारमग्न होऊन निवृत्त झाले. युद्धात कधीही विजयी होत नाहीत; दोन्ही बाजूंचे नुकसान होते आणि कुटुंबांना किंमत मोजावी लागते आणि सर्वात जास्त त्रास सहन करावा लागतो. कोणीतरी एकदा म्हटल्याप्रमाणे 'युद्धे राजकारण्यांनी निर्माण केली आहेत, नोकरशहांनी एकत्रित केली आहेत आणि सैनिकांनी लढली आहेत.'

दुसऱ्या दिवशी फोटो काढले आणि ब्रिगेडियर एमएल खेतरपाल दिल्लीला परतले. नंतर ब्रिगेडियर नासेर यांच्या चिठ्ठीसह फोटो दिल्लीला पोहोचले ज्यामध्ये असे म्हटले आहे:

"विनम्र अभिवादन आणि अत्यंत प्रामाणिकपणे, प्रतिः ब्रिगेडियर एमएल खेतरपाल, शहीद सेकंड लेफ्टनंट अरुण खेतरपाल यांचे वडील, पीव्हीसी, जे 16 डिसेंबर रोजी 'स्पियरहेड्स' 13 लान्सर्सने केलेल्या

पलटवाराच्या विजय आणि अपयशाच्या दरम्यान अभेद्य खडकासारखे उभे होते. 1971 ची "बारा पिंड" ची लढाई ज्याला आपण म्हणतो आणि "बसंतर" ची लढाई 17 पूना घोडा आठवते. --ख्वाजा मोहम्मद नासेर, 13 लान्सर्स, 2 मार्च 2001, लाहोर, पाकिस्तान.

12

ब्रिगेडियर मोहम्मद उस्मान

ब्रिगेडियर मोहम्मद उस्मान

Indian Army

Scan for Story Videos - www.itibook.com

ब्रिगेडियर मोहम्मद उस्मान यांचा जन्म 15 जुलै 1912 रोजी सध्याच्या उत्तर प्रदेशातील मऊ जिल्ह्यातील बिबीपूर येथे झाला. एक पोलीस अधिकारी श्री मोहम्मद फारुक खुनम्बीर आणि श्रीमती जमीलुन बीबी यांचा मुलगा, ब्रिगेडियर उस्मान यांना तीन मोठ्या बहिणी होत्या, आणि दोन भाऊ, ज्यापैकी एक, गुफ्रान, सैन्यात सामील झाले आणि ते ब्रिगेडियरच्या पदापर्यंत पोहोचले. ब्रिगेडियर उस्मान यांच्याकडे तरुण वयात हिंमत आली, वयाच्या 12 व्या वर्षी त्यांनी बुडणाऱ्या मुलाला वाचवण्यासाठी विहिरीत उडी मारली. त्याच्या वडिलांची इच्छा होती की त्याने नागरी सेवेत सामील व्हावे, परंतु लष्करी गणवेश परिधान करून सैन्यात सामील व्हावे असे त्याचे नियत होते.

भारतीयांनी 1920 पासून लष्करात कमिशनर्ड अधिकारी म्हणून सामील होण्यास सुरुवात केली होती, जरी ही स्पर्धा खूप कठीण होती आणि केवळ अभिजात वर्गातील वंशजांना किंवा जमीनदारांना प्राधान्य दिले जात होते. जरी ब्रिगेडियर उस्मान हा पसंतीच्या वर्गाचा नसला तरी त्याने सँडहर्स्टसाठी अर्ज केला आणि त्याची निवड झाली आणि जुलै 1932 मध्ये ते इंग्लंडला रवाना झाले. खरं तर, सँडहर्स्टमधील हा शेवटचा कोर्स होता ज्यामध्ये भारतीयांना प्रवेश देण्यात आला होता,

त्यानंतरच्या बॅचेस त्याच वर्षी डेहराडूनमध्ये सुरू झालेल्या इंडियन मिलिटरी अकादमीमध्ये सामील झाल्या होत्या. ब्रिगेडियर उस्मान 01 फेब्रुवारी 1934 रोजी इतर दहा भारतीयांसह सॅंडहर्स्ट येथून निधन झाले.

19 मार्च 1935 रोजी, एक तरुण अधिकारी म्हणून त्यांची भारतीय सैन्यात नियुक्ती झाली आणि 10 व्या बलुच रेजिमेंटच्या (5/10 बलुच) 5 व्या बटालियनमध्ये नियुक्ती झाली. त्यांना 30 एप्रिल 1936 रोजी लेफ्टनंट आणि 31 ऑगस्ट 1941 रोजी कॅप्टन पदावर पदोन्नती देण्यात आली. एप्रिल 1944 मध्ये त्यांनी बर्मामध्ये सेवा दिली आणि 27 सप्टेंबर 1945 च्या लंडन गॅझेटमध्ये त्यांचा अभिनय मेजर म्हणून उल्लेख करण्यात आला. त्यांनी 14 व्या बटालियनचे नेतृत्व केले. एप्रिल 1945 ते एप्रिल 1946 या कालावधीत 10 व्या बलुच रेजिमेंट (14/10 बलुच). भारताच्या फाळणीच्या वेळी, ब्रिगेडियर उस्मान, बलुच रेजिमेंटमध्ये मुस्लिम अधिकारी असल्याने, पाकिस्तानी सैन्याची निवड करण्यासाठी पाकिस्तानी नेतृत्वाकडून तीव्र दबाव होता. . तथापि, त्यांना पाकिस्तानचे लष्करप्रमुख म्हणून भावी पद देण्याचे वचन दिले असले तरी, त्यांना खात्री पटली नाही. जेव्हा बलुच रेजिमेंट पाकिस्तानला देण्यात आली तेव्हा ब्रिगेडियर उस्मान यांची डोग्रा रेजिमेंटमध्ये बदली करण्यात आली.

भारत-पाक युद्ध: 03 जुलै 1948

1947 मध्ये पाकिस्तानने जम्मू आणि काश्मीर राज्य ताब्यात घेण्याच्या आणि पाकिस्तानमध्ये सामील करण्याच्या प्रयत्नात आदिवासी अनियमितांना पाठवले. तेव्हा ७७ व्या पॅराशूट ब्रिगेडचे कमांडर असलेले ब्रिगेडियर मोहम्मद उस्मान यांना डिसेंबर १९४७ मध्ये झनगर येथे तैनात करण्यात आलेल्या ५० व्या पॅराशूट ब्रिगेडचे नेतृत्व करण्यासाठी पाठवण्यात आले. २५ डिसेंबर १९४७ रोजी, ब्रिगेडच्या विरोधात मोठ्या प्रमाणात अडथळे निर्माण झाल्यामुळे, पाकिस्तानी सैन्याने झनगरला ताब्यात घेतले. मीरपूर आणि कोटली येथून येणाऱ्या रस्त्यांच्या जंक्शनवर असलेल्या झनगरला मोक्याचे महत्त्व होते. त्या दिवशी ब्रिगेडियर उस्मानने झांगरला पुन्हा ताब्यात घेण्याचे व्रत घेतले आणि तीन महिन्यांनंतर त्याने एक पराक्रम केला, परंतु स्वतः च्या

जीवाच्या किंमतीवर.

जानेवारी-फेब्रुवारी 1948 मध्ये ब्रिगेडियर उस्मानने नौशेरा आणि झांगर, जम्मू आणि काश्मीरमधील दोन्ही अत्यंत मोक्याच्या ठिकाणांवरील भीषण हल्ले परतवून लावले. नौशेराच्या मोठ्या संख्येपासून बचाव करताना, भारतीय सैन्याने पाकिस्तानींना सुमारे 2000 हताहत केले (सुमारे 1000 मृत आणि 1000 जखमी) तर भारतीय सैन्याने फक्त 33 मृत आणि 102 जखमी झाले. त्याच्या बचावामुळे त्याला लायन ऑफ नौशेराचे टोपणनाव मिळाले. त्यानंतर पाकिस्तानी सैन्याने त्याच्या शिरासाठी 50,000 रुपये बक्षीस जाहीर केले. स्तुती आणि अभिनंदनाने प्रभावित न होता, ब्रिगेडियर उस्मानने जमिनीवर घातलेल्या चटईवर झोपणे सुरूच ठेवले कारण त्याने शपथ घेतली होती की तो झांगर पुन्हा ताब्यात घेईपर्यंत बेडवर झोपणार नाही, जिथून त्याला 1947 च्या उत्तरार्धात माघार घ्यावी लागली होती.

तत्कालीन लेफ्टनंट जनरल के.एम. करिअप्पा (नंतर जनरल आणि लष्करप्रमुख आणि सेवानिवृत्तीनंतर अनेक वर्षांनी फिल्ड मार्शल बनले), ज्यांनी पाश्चात्य लष्करी कमांडर म्हणून पदभार स्वीकारला होता, त्यांनी दोन महत्त्वाच्या ऑपरेशन्सच्या संचालनावर देखरेख ठेवण्यासाठी त्यांचे रणनीतिक मुख्यालय जम्मूला आणले, ते म्हणजे झांगर आणि पूंछ काबीज. ऑपरेशन फेब्रुवारी 1948 च्या शेवटच्या आठवड्यात सुरू झाले. 19 व्या पायदळ ब्रिगेडने उत्तरेकडील कड्याच्या बाजूने प्रगती केली, तर 50 व्या पॅराशूट ब्रिगेडने दक्षिणेकडील नौशेरा-झांगर रस्त्यावर वर्चस्व असलेल्या टेकड्या साफ केल्या.

शेवटी शत्रूला या भागातून हाकलून देण्यात आले आणि झांगर पुन्हा ताब्यात घेण्यात आला. पाकिस्तानने मे 1948 मध्ये आपले नियमित सैन्य मैदानात आणले. झांगरवर पुन्हा एकदा जोरदार तोफखाना बॉम्बफेक करण्यात आली आणि पाकिस्तानी सैन्याने झांगरवर अनेक निर्धारीत हल्ले केले. तथापि, ब्रिगेडियर उस्मान यांनी ते पुन्हा ताब्यात घेण्याचे त्यांचे सर्व प्रयत्न हाणून पाडले. झांगरच्या या बचावादरम्यानच ब्रिगेडियर उस्मान 3 जुलै 1948 रोजी शत्रूच्या 25-पाउंडर शेलने मारले गेले. तो त्याच्या 36 व्या वाढदिवसाला 12 दिवस कमी होता. त्याचे

शेवटचे शब्द होते "मी मरत आहे पण शत्रूसाठी आम्ही लढत असलेला प्रदेश पाडू देऊ नका". त्यांच्या प्रेरणादायी नेतृत्वासाठी आणि महान धैर्यासाठी त्यांना मरणोत्तर "महावीर चक्र" प्रदान करण्यात आले.

ब्रह्मदेशातील डोग्रांसोबत सेवा करून तो शाकाहारी बनला होता. त्याने आपल्या माणसांना मंगळवारी उपवास ठेवण्याचे आवाहन केले जेणेकरून गावकऱ्यांना अन्न वाटप करता येईल. एक पदवीधर, त्याच्या पगाराचा एक मोठा भाग गरीब मुलांना शिक्षण देण्यासाठी खर्च केला जाईल. ते धार्मिक असले तरी कट्टर निष्ठावंत होते. नौशेराजवळील एका मशिदीत ५०००० आदिवासी लुटारूंनी आश्रय घेतला होता आणि आमचे सैन्य धार्मिक रचनेवर गोळीबार करण्यास संकोच करत असल्याची बातमी मिळाल्यावर, तो स्वतः तेथे पोहोचला आणि गोळीबार सुरू करण्याचे आदेश दिले, असे सांगून की ती जागा आता पूर्वीसारखी धार्मिक राहिली नाही. लुटारूंनी कब्जा केला आहे. ब्रिगेडियर मोहम्मद उस्मान हे भारताने आजवर निर्माण केलेले महान सैनिक आणि प्रेरणादायी लष्करी नेते आहेत.

ख्वाजा अहमद अब्बास या भारतीय पत्रकाराने त्यांच्या मृत्यूबद्दल लिहिले आहे की, "कल्पना आणि अखंड देशभक्तीचे अनमोल जीवन, जातीय कट्टरतेला बळी पडले आहे. ब्रिगेडियर उस्मान यांचे धाडसी उदाहरण स्वतंत्र भारतासाठी प्रेरणादायी ठरेल."

13

इयान कार्डोझो

इयान कार्डोझो

Indian Army

Scan for Story Videos - www.itibook.com

मेजर जनरल इयान कार्डोझो एव्हीएसएम एसएम हे भारतीय लष्कराचे माजी अधिकारी आहेत. बटालियन आणि ब्रिगेडचे नेतृत्व करणारे ते भारतीय सैन्याचे पहिले युद्ध-अपंग अधिकारी होते. 5 युद्धाच्या दुखापतीमुळे तो अंगविच्छेदन झाला आहे

इयान कार्डोझो यांचा जन्म 1937 मध्ये व्हिन्सेंट कार्डोझो आणि डायना (née de Souza) Cardozo यांच्याकडे बॉम्बे, बॉम्बे प्रेसिडेन्सी, ब्रिटिश भारत येथे झाला. त्यांनी सेंट झेवियर्स हायस्कूल, फोर्ट आणि सेंट झेवियर्स कॉलेज, मुंबई येथे शिक्षण घेतले.

कार्डोझोने नॅशनल डिफेन्स अकादमीमधून पदवी प्राप्त केली आणि नंतर इंडियन मिलिटरी अकादमीमध्ये शिक्षण घेतले, तेथून तो 5 गोरखा रायफल्स (फ्रंटियर फोर्स) मध्ये सामील झाला आणि त्याला कमिशन देण्यात आले आणि नंतर गोरखा रायफल्स उर्फ "1/5GR(5व्या रेजिमेंटच्या 1ल्या बटालियनचे नेतृत्व केले. FF) किंवा 1/5 गोरखा रायफल्स. त्यांनी 4/5 गोरखा रायफल्ससह देखील सेवा बजावली आहे आणि त्यांच्यासोबत 2 युद्धे लढली आहेत- 1965 चे भारत-पाकिस्तान युद्ध आणि 1971 चे भारत-पाकिस्तान युद्ध. 3 ते पहिले NDA आहेत. कॅडेटला सुवर्ण आणि रौप्य अशी दोन्ही पदके

मिळतील. उत्तीर्ण अभ्यासक्रमाच्या कॅडेटला सर्वोत्कृष्ट अष्टपैलू कामगिरीसाठी सुवर्णपदक दिले जाते.

गुणवत्तेत प्रथम येणाऱ्या कॅडेटला रौप्य पदक दिले जाते. राष्ट्रीय संरक्षण प्रबोधिनीच्या इतिहासात प्रथमच, ज्या कॅडेटला सुवर्णपदक मिळाले ते गुणवत्तेच्या क्रमानेही पहिले होते. त्यानंतर हे फक्त एकदाच घडले आहे. (स्रोत: जनरल स्वतः आणि त्यांच्या प्रोफाइलवरून)

1971 च्या पाकिस्तान-बांगलादेश युद्धाच्या उद्रेकाच्या वेळी, कार्डोझो वेलिंग्टनच्या डिफेन्स सर्व्हिसेस स्टाफ कॉलेजमध्ये एका कोर्सला उपस्थित होते. त्याची बटालियन, 4/5 गोरखा रायफल्स, ऑपरेशनच्या पूर्व थिएटरमध्ये आधीच तैनात होती. बटालियनचा सेकंड-इन-कमांड कारवाईत मारला गेला आणि कार्डोझोला त्याची जागा घेण्याचे आदेश देण्यात आले. सिल्हेटच्या लढाईत भारतीय सैन्याच्या पहिल्या हेलिबोर्न ऑपरेशनमध्ये त्यांच्यासोबत जाण्यासाठी ते वेळेत त्यांच्या बटालियनमध्ये पोहोचले. 7 त्यांच्या गोरखा रेजिमेंटने त्यांना कार्टूस साहेब असे नाव दिले कारण त्यांना त्यांचे नाव उच्चारणे अवघड वाटले. 8 कार्टूज म्हणजे हिंदीत काडतूस.

ढाक्याच्या पडझडीनंतर, कार्डोझोने लँड माइनवर पाऊल ठेवले आणि त्याच्या पायाला गंभीर दुखापत झाली. मॉर्फिन किंवा पेथिडीनची उपलब्धता नसल्यामुळे आणि डॉक्टरांच्या अनुपस्थितीमुळे त्याचा पाय शस्त्रक्रियेने कापता आला नाही. त्यानंतर त्याने खुकरीचा वापर करून स्वतःचा पाय कापला. त्यानंतर, त्याच्या युनिटने कार्डोझोवर ऑपरेशन करणाऱ्या पाकिस्तानी लष्करी सर्जन मेजर मोहम्मद बशीरला पकडले.

त्याच्या विच्छेदनानंतर, कार्डोझोला लाकडी पाय होता. असे असूनही, त्याने शारीरिक तंदुरुस्तीची पातळी राखली आणि लढाईच्या शारीरिक तंदुरुस्ती चाचण्यांमध्ये अनेक सक्षम अधिका-यांना पराभूत केले. त्यानंतर त्यांनी त्यावेळचे लष्करप्रमुख जनरल तापीश्वर नारायण रैना यांच्याकडे आपली बाजू मांडली, त्यांनी कार्डोझोला लडाखला सोबत येण्यास सांगितले. कार्डोझो अजूनही बर्फ आणि बर्फातून पर्वतांमध्ये फिरू शकतो हे पाहिल्यानंतर, जनरल रैनाने त्याला बटालियनचे नेतृत्व करण्याची परवानगी दिली. जेव्हा तो ब्रिगेडची

कमान घेणार होता तेव्हा अशीच परिस्थिती उद्भवली. 7 1 मार्च 1984 रोजी त्यांची ब्रिगेडियर म्हणून बढती झाली

कार्डोझोचा विवाह प्रिसिलाशी झाला आणि त्याला तीन मुलगे आहेत. 5 तो सध्या नवी दिल्ली येथे राहतो. 3

2005 ते 2011 पर्यंत त्यांनी भारतीय पुनर्वसन परिषदेचे अध्यक्ष म्हणून काम केले. 10 तो मॅरेथॉन धावपटू देखील आहे आणि नियमितपणे त्याच्या कृत्रिम अंगावर मुंबई मॅरेथॉनमध्ये भाग घेतो.

14
योगेंद्र सिंह यादव

योगेंद्र सिंह यादव

Indian Army

Scan for Story Videos - www.itibook.com

सुभेदार मेजर आणि मानद कॅप्टन योगेंद्र सिंग यादव PVC हे भारतीय सैन्यातील एक सेवानिवृत्त कमिशनर्ड अधिकारी आहेत, ज्यांना कारगिल युद्धादरम्यान केलेल्या कारवाईसाठी सर्वोच्च भारतीय लष्करी सन्मान, परमवीर चक्र, सन्मानित करण्यात आले होते. वयाच्या 19 व्या वर्षी जेव्हा त्याला हा पुरस्कार मिळाला तेव्हा तो पदक (PVC) मिळविणारा सर्वात तरुण व्यक्ती आहे.

योगेंद्र सिंह यादव यांचा जन्म 10 मे 1980 3 रोजी उत्तर प्रदेशातील बुलंदशहर जिल्ह्यातील औरंगाबाद अहिर गावात एका यादव कुटुंबात झाला. त्यांचे वडील करण सिंग यादव यांनी कुमाऊँ रेजिमेंटमध्ये 1965 आणि 1971 च्या भारत-पाकिस्तान युद्धात भाग घेतला होता. यादव वयाच्या १६ वर्षे पाच महिन्यांत भारतीय सैन्यात दाखल झाले.

कारगिल युद्ध

यादव 18 ग्रेनेडियर्समध्ये सामील झाले, आणि घटक फोर्स कमांडो प्लाटूनचा एक भाग, 4 जुलै 1999 च्या पहाटे टायगर हिलवरील तीन मोक्याचे बंकर काबीज करण्याचे काम सोपवले. बंकर एका उभ्या, बर्फाच्छादित, शीर्षस्थानी वसलेले होते. 1,000 फूट (300 मी) उंच कडा. यादवने हल्ल्याचे नेतृत्व करण्यासाठी स्वेच्छेने काम केले, चट्टानच्या

दर्शनी भागावर चढले आणि दोरी स्थापित केल्या ज्यामुळे वैशिष्ट्यावर आणखी हल्ले होऊ शकतील. अर्ध्या मार्गावर, शत्रूच्या बंकरमधून मशीन गन आणि रॉकेट फायर आले, ज्यात प्लाटून कमांडर आणि इतर दोन जण ठार झाले. त्याच्या मांडीवर आणि खांद्यावर अनेक गोळ्या लागल्या असतानाही, यादवने उर्वरित 60 फूट (18 मीटर) चढून शिखर गाठले. गंभीर जखमी असूनही, तो रेंगाळत पहिल्या बंकरकडे गेला आणि त्याने ग्रेनेड फोडला, चार पाकिस्तानी सैनिकांना ठार केले आणि शत्रूच्या गोळीला निष्फळ केले. यामुळे उर्वरित पलटणीला त्याच्या दोन सहकारी सैनिकांसह बंकर चढून चढण्याची संधी मिळाली आणि चार पाकिस्तानी सैनिक मारले गेले. त्यानंतर टायगर हिल ताब्यात घेण्यात प्लाटूनला यश आले. यादवला 12 गोळ्या लागल्या असल्या तरी त्याला पकडण्यात त्याने महत्त्वाची भूमिका बजावली.

यादव यांना मरणोत्तर परमवीर चक्र जाहीर करण्यात आले होते, परंतु लवकरच ते एका रुग्णालयात बरे होत असल्याचे आढळून आले आणि मिशनमध्ये मारले गेलेले त्यांचे नाव होते.

2021 च्या स्वातंत्र्यदिनी यादव यांना भारताच्या राष्ट्रपतींनी कॅप्टनची मानद रँक प्रदान केली. लेफ्टनंट जनरल राजीव सिरोही, लष्करी सचिव आणि ग्रेनेडियर्सचे कर्नल यांनी रँक बॅज प्रदान केले. 31 डिसेंबर 2021 रोजी ते सैन्यदलातून मानद कॅप्टन पदावर पारंपारिक सेंड ऑफसह निवृत्त झाले.

सुभेदार मेजर आणि मानद कॅप्टन योगेंद्र सिंह यादव, PVC निवृत्तीनंतर सशस्त्र दलातील कर्मचाऱ्यांसाठी काम करणाऱ्या udChalo या ग्राहक तंत्रज्ञान कंपनीच्या सल्लागार मंडळात सामील झाले.

ग्रेनेडियर योगेंद्रसिंग यादव हे घटक प्लाटूनच्या प्रमुख टीमचा भाग होते ज्याला 3/4 जुलै 1999 च्या रात्री टायगर हिल काबीज करण्याचे काम सोपवण्यात आले होते. शिखरावर जाण्याचा दृष्टीकोन उंच, बर्फाने बांधलेला आणि खडकाळ होता. ग्रेनेडियर योगेंद्रसिंग यादव, जोखमीकडे दुर्लक्ष करून, आघाडीवर राहण्यासाठी स्वेच्छेने तयार झाले आणि वर जाण्यासाठी त्यांच्या संघाची दोरी निश्चित केली. टीमला पाहताच शत्रूने प्रखर स्वयंचलित ग्रेनेड, रॉकेट आणि तोफखाना गोळीबार केला आणि

कमांडर आणि त्याचे दोन सहकारी ठार झाले आणि प्लाटून ठप्प झाली. परिस्थितीचे गांभीर्य लक्षात घेऊन, ग्रेनेडियर यादवने शत्रूच्या स्थितीला शांत करण्यासाठी रेंगाळले आणि प्रक्रियेत अनेक जखमा झाल्या. आपल्या दुखापतींकडे दुर्लक्ष करून आणि शत्रूच्या गोळ्यांचा गारवा असताना ग्रेनेडियर यादव शत्रूच्या स्थानांवर चढत राहिला. ग्रेनेड लोबिंग करून आणि त्याच्या शस्त्रास्त्रातून सतत गोळीबार करत, त्याने जवळच्या लढाईत चार शत्रू सैनिकांना ठार केले आणि स्वयंचलित आग शांत केली. अनेक दुखापती असूनही, त्याने बाहेर काढण्यास नकार दिला आणि आरोप चालू ठेवला. त्याच्या पराक्रमी कृतीने प्रेरित होऊन, पलटण नूतनीकरणाने इतर पोझिशन्सवर गेले आणि टायगर हिल टॉपवर कब्जा केला.

ग्रेनेडियर योगेंद्र सिंह यादव यांनी अत्यंत प्रतिकूल परिस्थितीत अत्यंत विलक्षण धैर्य, अदम्य शौर्य, धैर्य आणि दृढनिश्चय दाखवला.

15
कॅप्टन सौरभ कालिया

कॅप्टन सौरभ कालिया

Indian Army

Scan for Story Videos - www.itibook.com

16
रायफलमॅन संजय कुमार

रायफलमॅन संजय कुमार

Indian Army

Scan for Story Videos - www.itibook.com

रायफलमॅन संजय कुमार, 13 जम्मू आणि काश्मीर रायफल्सचे PVC, हिमाचल प्रदेशच्या बिलासपूर जिल्ह्यातील क्लोल बुकियाना गावात जन्मलेले, भारतातील सर्वोच्च लष्करी पुरस्कार परमवीर चक्र प्राप्तकर्ते आहेत. कारगिल युद्धादरम्यान 4 जुलै 1999 रोजी एरिया फ्लॅट टॉप काबीज करण्याचे काम सोपवण्यात आलेल्या टीमचे ते प्रमुख स्काऊट होते. हा परिसर पाकिस्तानी लष्कराच्या ताब्यात होता. चट्टान चढल्यानंतर, सुमारे 150 मीटर अंतरावर असलेल्या शत्रूच्या बंकरमधून मशीन गनच्या गोळीबाराने संघाला खाली पाडण्यात आले.

भारताचे राष्ट्रपती रायफलमॅन संजय कुमार यांनी परमवीर चकरा यांना सन्मानित केले.

संजय कुमार, समस्येची तीव्रता आणि या बंकरचा एरिया फ्लॅट टॉप कॅप्चर करताना होणारा घातक परिणाम लक्षात घेऊन, एका बाजूने, एका बाजूने एकटाच रेंगाळला आणि स्वयंचलित आगीच्या गारव्यातून शत्रूच्या बंकरकडे चार्ज झाला. जवळजवळ लगेचच त्याच्या छातीत आणि हातावर दोन गोळ्या लागल्या ज्यामुळे त्याला मोठ्या प्रमाणात

रक्तस्त्राव झाला.

गोळ्यांच्या जखमेतून रक्तस्त्राव होत असला तरी त्याने बंकरच्या दिशेने प्रभार सुरूच ठेवला. हाताशी लढताना त्याने शत्रूचे तीन सैनिक मारले. त्यानंतर त्याने शत्रूची मशीन गन उचलली आणि दुसऱ्या शत्रूच्या बंकरकडे धाव घेतली. शत्रूचे सैनिक, ज्यांना पूर्णपणे आश्चर्यचकित केले गेले, ते त्यांच्या पोस्टवरून पळून जाताना त्यांच्याकडून मारले गेले. त्याच्या कृत्याने प्रेरित होऊन उर्वरित पलटणांनी चार्ज केला, वैशिष्ट्यावर हल्ला केला आणि एरिया फ्लॅट टॉप ताब्यात घेतला.

त्याच संघर्षाचा भाग असलेल्या संजय कुमारची कथा LOC कारगिल या चित्रपटात चित्रित करण्यात आली होती आणि ही भूमिका सुनील शेट्टीने साकारली होती.

लष्कराने त्याच्या शौर्याकडे दुर्लक्ष करून 2010 मध्ये संजय कुमारला हवालदारावरून लान्स नाईक या दोन पदांवर खाली आणले. 1 त्याच्या पदावनतीचे कोणतेही कारण सांगण्यास लष्कराने नकार दिला. शिवाय, वस्तुस्थिती उघडपणे लपविण्याच्या कृतीत, सैन्याने प्रेस रिलीझमध्ये त्यांचा हवालदार म्हणून उल्लेख करणे सुरू ठेवले आहे. पदम-वीरचक्र पुरस्कार विजेत्यांना त्याच्या पदाची पर्वा न करता वंदन केले पाहिजे, जो त्याच्या आणि त्याच्या वरिष्ठांमधील वादाचा हाड असल्याचा आरोप आहे. 2 श्री कुमार यांना हिमाचल प्रदेश सरकारकडून नोकरीची ऑफर देण्यात आली आहे. सैन्यात 17 वर्षांची सेवा (निवृत्तीनंतरचे लाभ प्राप्त करण्यासाठी) पूर्ण केल्यानंतर तो कदाचित ही ऑफर स्वीकारू शकेल.

17
फ्लाइंग ऑफिसर निर्मल जीत सिंग सेखों

फ्लाइंग ऑफिसर निर्मल जीत सिंग सेखों

Indian Army

Scan for Story Videos - www.itibook.com

फ्लाइंग ऑफिसर निर्मल जीत सिंग सेखों यांचा जन्म १७ जुलै १९४५ रोजी पंजाबमधील लुधियाना येथील इस्सेवाल गावात झाला. श्री त्रिलोक सिंग सेखों आणि श्रीमती हरबन्स कौर यांचे पुत्र, Fg Offr निर्मल जीत यांना लहानपणापासूनच विमान आणि हवाई दलाच्या जीवनाबद्दल आकर्षण होते कारण त्यांचे गाव लुधियानाजवळ हलवारा हवाई तळाच्या परिसरात होते. आयएएफमध्ये सेवा केलेल्या आणि नंतर (मानद) फ्लाइट लेफ्टनंट म्हणून निवृत्त झालेल्या त्यांच्या वडिलांच्या अनुभवांनी ते प्रेरित झाले.

Fg Offr निर्मल जीतने लुधियानाजवळील खालसा हायस्कूल अजितसर मोही येथे शिक्षण घेतले आणि नंतर 1962 मध्ये आग्रा येथील दयालबाग अभियांत्रिकी महाविद्यालयात प्रवेश घेतला. तथापि, त्यांनी अभियांत्रिकी अभ्यासक्रम अर्धवट सोडून IAF मध्ये प्रवेश केला. 04 जून 1967 रोजी त्यांना फायटर पायलट म्हणून IAF मध्ये कमिशन मिळाले. आपले कठोर प्रशिक्षण पूर्ण केल्यानंतर, एफजी ऑफर निर्मल

जीत ऑक्टोबर 1968 मध्ये "फ्लाइंग बुलेट्स" म्हणून ओळखल्या जाणाऱ्या 18 क्रमांकाच्या स्क्वॉड्रनमध्ये सामील झाले.

1971 च्या भारत-पाकिस्तान युद्धादरम्यान, फ्लाइंग ऑफिसर निर्मलजीत सिंग सेखॉन हे श्रीनगर येथील ग्नॅट डिटेचमेंटचे पायलट होते (18 स्क्वाड्रन, "द फ्लाइंग बुलेट्स" म्हणून ओळखले जाते). 1948 च्या आंतरराष्ट्रीय करारानुसार, पाकिस्तानशी शत्रुत्व सुरू होईपर्यंत कोणतेही हवाई संरक्षण विमान श्रीनगर येथे नव्हते. त्यामुळे एफजी ऑफर सेखोन हा भूभाग अपरिचित होता आणि काश्मीरच्या थंडीच्या कडाक्याच्या थंड वाऱ्यांची त्यांना सवय नव्हती. तरीही, त्यांनी आणि त्यांच्या सहकाऱ्यांनी शौर्याने आणि निर्धाराने घुसखोरी करणाऱ्या पाकिस्तानी विमानांचा सलग सामना केला. 14 डिसेंबर 1971 रोजी, श्रीनगर एअरफील्डवर PAF बेस पेशावर येथून 26 Sqn च्या सहा पाकिस्तानी हवाई दलाच्या F-86 जेट विमानांनी हल्ला केला.

Fg Offr सेखॉन त्या वेळी तयारी कर्तव्यावर होते. पहिल्या विमानाने हल्ला करताच, तो धावपट्टीवर पहिला बॉम्ब पडत असतानाच फ्लॅट लेफ्टनंट घुमान यांच्या नेतृत्वाखाली, दोन-गॅनॅट फॉर्मेशनमध्ये क्रमांक 2 म्हणून टेक-ऑफसाठी रोल केला. पहिल्या गॅटची धूळ साफ होत असल्याने त्याला लगेच सुरुवात करता आली नाही. धावपट्टी टेक-ऑफसाठी तंदुरुस्त होईपर्यंत, सहा शत्रूच्या विमानांचा आवाज ऐकू आला आणि एअरफील्डवर हल्ला चालू होता. तरीही, हल्ल्याच्या वेळी उडण्याचा प्रयत्न करण्याचा प्रचंड धोका असतानाही, एफजी ऑफर सेखॉनने उड्डाण केले आणि ताबडतोब साब्रेसवर हल्ला करण्यात गुंतले. त्यानंतरच्या हवाई युद्धात त्याने एका सेबरवर थेट प्रहार केला आणि दुसरा पेटवून दिला. नंतरचे धुराचे लोट राजौरीकडे जाताना दिसले.

अशा प्रकारे तो शत्रूच्या दोन विमानांचे नुकसान करण्यात आणि पाडण्यात यशस्वी झाला. त्यानंतर झालेल्या लढतीत, ट्रीटॉपच्या उंचीवर, एफजी ऑफर सेखॉनने स्वतः चे स्थान राखले परंतु शेवटी संख्यांच्या वजनाने मात केली. Fg Offr Sekhon, हिट झाल्यानंतर, त्यांना तळावर परत जाण्याचा सल्ला देण्यात आला. असे मानले जाते

की तो काही काळ सरळ, पंखांच्या पातळीवर उडून गेला होता, नंतर उलट गेला होता, खाली कोसळला होता, कदाचित नियंत्रण यंत्रणेच्या अपयशामुळे. त्याने शेवटच्या क्षणी इजेक्शन करण्याचा प्रयत्न केला, जो यशस्वी ठरला नाही, कारण त्याची छत उडताना दिसत होती.

त्यांचे विमान कोसळले आणि ते शहीद झाले पण त्यांचे बलिदान व्यर्थ गेले नाही. सेबर जेट्स, शहर आणि त्याच्या एअरफील्डवर हल्ला पूर्ण करू शकले नाहीत, त्यांनी ताबडतोब माघार घेतली आणि घटनास्थळावरून पळ काढला. खरे वीरता, अनुकरणीय धैर्य, उड्डाण कौशल्य आणि दृढनिश्चय, फ्लाइंग ऑफिसर सेखोन यांनी दाखवलेल्या कर्तव्याच्या वर आणि पलीकडे, हे IAF च्या उत्कृष्ट परंपरेत होते. त्यांचे शौर्य आणि कौशल्य, 1 ते 6 च्या शक्यतांविरुद्ध, त्यांना शौर्यासाठी भारताचे सर्वोच्च युद्धकालीन पदक, "परमवीर चक्र" मिळवून दिले.

Fg Offr Sekhon हे IAF चे पहिले अधिकारी होते ज्यांना देशाचा सर्वोच्च शौर्य पुरस्कार "परमवीर चक्र" मिळाला होता आणि IAF च्या महान हवाई योद्ध्यांपैकी एक म्हणून त्यांची आठवण ठेवली जाते.

फ्लाइंग ऑफिसर निर्मल जीतसिंग सेखॉन हे पाकिस्तानी हवाई हल्ल्यांपासून खोऱ्याच्या हवाई संरक्षणासाठी श्रीनगर येथे असलेल्या ग्नॅट डिटेचमेंटचे पायलट होते. शत्रुत्वाचा उद्रेक झाल्यापासूनच त्याने आणि त्याच्या सहकाऱ्यांनी शौर्याने आणि दृढनिश्चयाने घुसखोर पाकिस्तानी विमानांच्या लाटांचा सामना केला आणि Gnat विमानाची उच्च प्रतिष्ठा राखली. 14 डिसेंबर 1971 रोजी शत्रूच्या सेबर विमानाच्या लाटेने श्रीनगर एअरफील्डवर हल्ला केला. त्यावेळी फ्लाइंग ऑफिसर सेखोन सज्जतेवर होते. तथापि, ताबडतोब, सहा पेक्षा कमी शत्रूची विमाने ओव्हरहेड नव्हती आणि त्यांनी बॉम्बफेक करण्यास सुरुवात केली आणि एअरफील्डवर दगडफेक केली. हल्ल्याच्या वेळी उडण्याचा प्रयत्न करताना प्राणघातक धोका असतानाही, फ्लाइंग ऑफिसर सेखोन यांनी उतरून ताबडतोब हल्ला करणाऱ्या साब्रेसच्या जोडीला गुंतवले. त्यानंतर झालेल्या लढाईत त्याने एका विमानावर मारा केला आणि दुसऱ्या विमानाचे नुकसान केले. यावेळेस इतर सेबर विमान त्यांच्या कष्टाळू साथीदारांच्या मदतीला धावून आले आणि फ्लाइंग

ऑफिसर सेखॉनच्या गनॅटची संख्या पुन्हा चार ते एक झाली. एकटे असतानाही, फ्लाइंग ऑफिसर सेखोनने शत्रूला असमान लढाईत गुंतवले. त्यानंतर झालेल्या लढतीत, ट्रीटॉपच्या उंचीवर, त्याने जवळजवळ स्वतःचे स्थान राखले होते, परंतु अखेरीस संख्येच्या तीव्र वजनामुळे तो विजयी झाला. एका सेबरच्या गोळीबारात त्याचे विमान खाली पडले आणि तो ठार झाला. उदात्त वीरता, सर्वोच्च शौर्य, उड्डाण कौशल्य आणि कर्तव्याच्या पलीकडे निश्चय आणि निश्चित मृत्यूला तोंड देताना फ्लाइंग ऑफिसर सेखोन यांनी दाखवलेल्या कर्तृत्वाने हवाई दलाच्या परंपरेत नवीन उंची गाठली आहे.

रविंदर सिंग गिल, एक कौटुंबिक मित्र, शहीद सह त्याच्या सहवासाची आठवण करतो.

"माझे बाबा आणि त्रिलोक काका खूप वेगवान मित्र होते. आपण नातेवाईकांपेक्षा अधिक म्हणू शकता. माझ्या कानपूरच्या शाळेत निर्मल वीरजी हे माझे चुलत भाऊ होते हे सर्वांना माहीत होते कारण मी त्यांच्या आई-वडिलांना मामा जी आणि मामीजी म्हणतो कारण माझी आई सेखोन कुटुंबातील होती. माझ्याकडे त्याचे आई-वडील आणि विधवा मनजीत भाभीजी यांचे हातात PVC धरलेले फोटो आहेत. ती मी ३० जानेवारी १९७२ ला कानपूरला घेतली. निर्मल वीर जीचे आयडॉल्स KEELOR ब्रदर्स आणि अब्दुल हमीद होते. Gnat हे त्यांचे आवडते विमान होते आणि Gnat स्क्वॉड्रनमध्ये राहण्यासाठी वीर जी यांनी त्यांचा मोठा JOODA (त्याच्या पगडीपेक्षा उंच) बलिदान केले जे त्यांच्या सर्व छायाचित्रांमध्ये दिसते. मला विद्यार्थी आणि शिक्षकांनी खूप आदर दिला कारण ते त्यांना माझा चुलत भाऊ मानत होते. 14 डिसेंबर 1971 रोजी संध्याकाळी जेव्हा पहिल्यांदा बातमी आली तेव्हा त्रिलोक मामाजी आमच्या आयएएफ फॅमिली क्वार्टरमध्ये होते कारण मामीजींच्या अनुपस्थितीत ते अधूनमधून आमच्यासोबत जेवत होते."

18

लेफ्टनंट सुशील खजुरिया

लेफ्टनंट सुशील खजुरिया

Indian Army

Scan for Story Videos - www.itibook.com

लेफ्टनंट सुशील खजुरिया यांचा जन्म 28 ऑगस्ट 1985 रोजी जम्मू-काश्मीरमधील सांबा येथे झाला. लष्करातील दिग्गज एनबी सबब सोम दत्त खजुरिया यांचा मुलगा, लेफ्टनंट खजुरिया यांनी आपले शालेय शिक्षण केंद्रीय विद्यालय क्रमांक 1, गांधी नगर, जम्मू येथून पूर्ण केले. मोठा भाऊ अनिल, धाकटा भाऊ सुनील आणि बहीण दीपिका यांच्यासह चार भावंडांमध्ये तो दुसऱ्या क्रमांकावर होता. पदवी पूर्ण केल्यानंतर तो ऑफिसर्स ट्रेनिंग अकादमी (OTA) मध्ये सामील झाला आणि 20 मार्च 2010 रोजी आर्मी सर्व्हिस कॉर्प्समध्ये नियुक्त झाला. दुसऱ्या पिढीतील अधिकारी, लेफ्टनंट सुशील खजुरिया यांचे दोन्ही भाऊ आणि बहीण देखील सशस्त्र दलात सामील झाले. सध्या त्यांचा मोठा भाऊ अनिल खजुरिया लष्करात कर्नल पदावर कार्यरत आहे, तर बहीण दीपिका भारतीय वायुसेनेमध्ये कार्यरत आहे.

लेफ्टनंट सुशील खजुरिया यांना एएससीमध्ये नियुक्त करण्यात आले असले तरी त्यांची पहिली ऑपरेशनल असाइनमेंट म्हणून जम्मू आणि काश्मीरमध्ये तैनात असलेल्या 18 ग्रेनेडियर्स युनिटमध्ये नियुक्ती करण्यात आली होती. लेफ्टनंट सुशील खजुरिया 14 एप्रिल 2010 रोजी पंजगाम येथील युनिटमध्ये सामील झाले. त्यांना

सुरुवातीपासूनच घटक प्लाटून कमांडर बनवण्यात आले आणि लवकरच ते जम्मू आणि काश्मीरमधील कुपवाडाच्या सीमेवरील विश्वासघातकी पर्वतीय भागात दहशतवादविरोधी कारवाया करत होते. 29 जुलै 2011 रोजी त्याची पहिली खरी चकमक झाली, जिथे त्याने स्वत: ची उत्कृष्ट माहिती दिली आणि एका कट्टर दहशतवाद्याला निष्प्रभ करण्यात बटालियन यशस्वी झाली.

27 सप्टेंबर 2011 रोजी, लेफ्टनंट सुशील खजुरिया खडबडीत आणि खडबडीत प्रदेशात खडबडीत आणि घनदाट भूगर्भात आपल्या संघाचे नेतृत्व करत होते, एकाच वेळी, उच्च फॉर्मेशन मुख्यालय आणि शेजारच्या फॉर्मेशनच्या विशिष्ट इनपुटच्या आधारे इतर चार संघांसह हालचालींचे समन्वय साधत होते. कुपवाडा जिल्ह्यातील कोपरा येथील सर्वसाधारण भागात सुमारे ५ ते ६ दहशतवाद्यांचा घुसखोरी स्तंभ.

दहशतवाद्यांचा सामना करण्यासाठी शोध आणि नष्ट करण्याच्या मोहिमेवर पथके सुरू करण्यात आली होती. एका नाल्याचा शोध घेत असताना, त्यांची टीम प्रचंड गोळीबारात आली. त्याच्या मित्राने दहशतवाद्यांच्या गोळीबाराला कंटाळून दहशतवादी एका मोठ्या खडकाच्या मागे फायदेशीर स्थितीत बसले आहेत हे लक्षात घेऊन, लेफ्टनंट सुशील खजुरिया जाड पर्णसंभारातून एका बाजूला रेंगाळले आणि दहशतवाद्यांना त्याच्या टीमकडून कव्हरिंग फायरमध्ये पाहिले. त्याच्या वैयक्तिक सुरक्षेची जाणीव न ठेवता, त्याने उतारावर दहशतवाद्यांवर आरोप केले आणि त्यापैकी दोन ठार झाले.

ऑपरेशन दरम्यान, दुसऱ्या टीमचा प्रमुख स्काउट हव रवी कुमार याला सुमारे 10.30 वाजता दहशतवाद्यांनी गोळ्या घातल्या आणि ते गंभीर जखमी झाले. दहशतवाद्यांच्या गोळीबारात हवा कुमार हलू शकत नव्हता. त्यानंतर लेफ्टनंट सुशील खजुरिया यांनी जखमी जवान रवी कुमार यांना बाहेर काढण्यासाठी स्वेच्छेने काम केले. हवाकडे जात असताना, लेफ्टनंट सुशील खजुरिया यांच्यावर एका दहशतवाद्याने गोळीबार केला आणि ते गंभीर जखमी झाले. लेफ्टनंट खजुरिया नंतर जखमी झाले आणि शहीद झाले. त्यांच्या विलक्षण शौर्य, अपवादात्मक नेतृत्व आणि सौहार्दपूर्ण कार्यासाठी लेफ्टनंट सुशील खजुरिया यांना

शांतता काळात देशाचा दुसरा सर्वोच्च शौर्य पुरस्कार, "कीर्ती चक्र" देण्यात आला.

लेफ्टनंट सुशील खजुरिया यांच्या पश्चात त्यांचे वडील एनबी सबब सोम दत्त खजुरिया (निवृत्त), आई, भाऊ कर्नल अनिल खजुरिया आणि सुनील खजुरिया आणि बहीण दीपिका आहेत.

लेफ्टनंट सुशील खजुरिया केसी, जम्मू आणि काश्मीरमधील कुपवाडा जिल्ह्यातील मुख्य भागात शोध मोहिमेत त्यांच्या टीमचे नेतृत्व करत असताना दोन दहशतवाद्यांशी आमनेसामने झाली. मनाची अपवादात्मक उपस्थिती दर्शवत त्याने त्यांच्या संघावर गोळीबार केला आणि त्याच्या संघाला कव्हर करण्याची परवानगी दिली. प्रदीर्घ गोळीबारात, अधिकाऱ्याने कव्हर ते कव्हरपर्यंत प्रगती केली आणि अथक दृढनिश्चयाने आणि कच्च्या धैर्याने आत प्रवेश केला आणि दहशतवाद्याला जवळून संपवले. दुसऱ्या दहशतवाद्याने टीमवर जोरदार गोळीबार केला. धोक्याची जाणीव करून, सर्वोच्च दर्जाच्या सुस्पष्ट शौर्याचे प्रदर्शन करणारा अधिकारी ताबडतोब गुंतला आणि दहशतवाद्याला मागे हटण्यास भाग पाडले. त्याने अतिरेक्याचा पाठलाग केला, जमिनीतील अवघड पट वापरून, अनपेक्षित दिशेने येऊन दुसऱ्या दहशतवाद्याला वैयक्तिकरित्या ठार केले.

आपल्या वैयक्तिक सुरक्षेकडे दुर्लक्ष करून जबाबदारीची अपवादात्मक भावना आणि सौहार्द दाखवणारा हा अधिकारी भारतीय सैन्याच्या सर्वोच्च परंपरांचे पालन करत आपल्या जखमी सहकाऱ्याला बाहेर काढण्यासाठी ताबडतोब पुढे सरसावला. लष्कराच्या सर्वोच्च परंपरेतील विलक्षण शौर्य, अपवादात्मक नेतृत्व आणि सौहार्दपूर्ण कृतीसाठी लेफ्टनंट सुशील खजुरिया यांची 'कीर्ती चक्र' (मरणोत्तर) पुरस्कारासाठी शिफारस करण्यात आली आहे.

तो करू शकला नाही .... ब्लॉग- एका भारतीयाने दिलेली श्रद्धांजली

काल रात्री सुमारे 11.00 वाजले असावेत मी ऑनलाइन होतो, माझा ब्लॉग वाचत होता आणि वाचकांना प्रतिसाद देत होता, मित्रांनी केलेल्या पोस्टिंग, पहिली पोस्ट पाहण्यासाठी मी अनौपचारिकपणे फेसबुकवर

लॉग इन केले, ते राकेश त्रिपाठी, माझ्या एका विद्यार्थ्याचे होते. ज्यांनी अपारंपरिक कारकीर्दीची निवड केली आणि सैन्यात दाखल झाले. आता प्रमुख आणि IIT पवई येथे M.Tech करत आहे. पोस्ट हे लेफ्टनंट सुशील खजुरिया यांच्या शेवटच्या प्रवासाचे फोटो फीचर होते. २७ सप्टेंबर रोजी सीमेपलीकडून अतिप्रशिक्षित घुसखोरांशी लढताना २६ वर्षीय तरुणाने जम्मू-काश्मीरमध्ये सर्वोच्च बलिदान दिले. कठीण प्रदेशात त्याने धैर्याने लढा दिला, दोन दहशतवाद्यांना ठार केले पण एका जखमी सहकाऱ्याला बाहेर काढताना तो शत्रूच्या गोळ्यांना बळी पडला. शेवटच्या प्रवासातील फोटो, त्याच्या नावाची शवपेटी, लष्करी जवानांनी घातलेला पुष्पहार, असहय कुटुंब, वडील, भाऊ, बहीण, गावकरी, फुलांचा वर्षाव, बंदुकीची सलामी आणि शेवटी ज्वाळा, एक शूर मुलगा. मातृभूमीच्या सुरक्षेची खात्री करण्याआधी भारताने त्याचे प्रस्थान कधीही परत न करण्यासाठी केले आहे.

ते भावनिक पिळवटून टाकणारे होते, हृदयाच्या ठोक्यांपासून डोळ्यांपर्यंत सर्व काही कामावर होते, कोणाशीही बोलण्याची इच्छा नव्हती कारण मी करू शकत नाही. रात्रभर लेफ्टनंट सुशीलची बंदूक हातात धरून, वडील आणि भावासोबत पासिंग आऊट परेड आणि त्यानंतरच्या शेवटच्या प्रवासातील शोक, आदर, शोकसंवेदना अशा चित्रे.... माझा पाठलाग करत होते. मी बेचैन होतो. तो अवघ्या २६ वर्षांचा होता आणि पुढच्या वर्षी लग्न करणार होता. शिक्षणाने एका अभियंत्याने 18 ग्रेनेडियर्सची निवड केली. त्याचा भाऊही सैन्यात आहे. तो जम्मू-काश्मीरमधील सांबा जिल्ह्यातील होता. कुटुंबातील लहानाला नेहमी सैन्यात भरती व्हायचे होते. 20 मार्च 2010 रोजी सैन्यात भरती झाल्यानंतर दीड वर्षानंतरच पूर्ण लष्करी सन्मानाने त्यांच्यावर अंत्यसंस्कार करण्यात आले.

ही माणसे अशी कशी असू शकतात? भीती नाही, फक्त शौर्य. कुटुंबावर प्रेम आहे पण देश सर्वोच्च आहे, त्यांचे स्वप्न शहीद आहे, कुटुंबाला त्यांच्या शौर्याचा अभिमान वाटावा अशी इच्छा आहे. ते वेगवेगळ्या सामग्रीचे आहेत. लहानपणापासूनच ते खूप वेगळे असल्याची चिन्हे दाखवतात. राष्ट्रसेवेचे स्वप्न पूर्ण करण्यासाठी ते

सशस्त्र दलात सामील होतात आणि गोळ्यांचा सामना करण्यास कधीही मागेपुढे पाहत नाहीत. कर्तव्याच्या पंक्तीत असताना त्यांच्या मनाचा नकाशा तयार करणे खूप कठीण आहे परंतु त्यांच्या समर्पण, भक्ती आणि शिस्त यामुळे ते सोपे असू शकते, जे सर्व कर्तव्याच्या आवाहनावर केंद्रित आहे.

त्यांच्या बलिदानानंतर लगेचच फेसबुकवरील पृष्ठ खूप आदराने दिसले, देशभक्तीच्या टिप्पण्यांनी भरलेले, सर्व दुः ख व्यक्त करतात परंतु त्यांच्या अंतिम सेवेबद्दल त्यांना अभिवादन करतात, कुटुंबास कृतज्ञ राष्ट्राच्या भावना व्यक्त करतात आणि सर्वजण कुटुंबासोबत आहेत. त्यांच्या अंत्यसंस्काराला उपस्थित राहून श्रद्धांजली वाहण्यासाठी एकाही मंत्र्याला वेळ न मिळाल्याने नेहमीप्रमाणे राजकीय उदासीनता कायम राहिली. आपण त्यांना जास्त महत्त्व देत आहोत का? त्यांच्या असंवेदनशीलतेच्या उत्तम परंपरेत त्यांना जे करायचे आहे ते करू द्या, आम्ही लेफ्टनंट सुशील यांच्या कुटुंबाला दाखवून देऊ की देश त्यांच्या अमर पुत्राचा मनापासून आदर करतो.

या तरुण सेनानीला आदरांजली वाहण्याचा हा ब्लॉग हा एक छोटासा प्रयत्न आहे.

त्याच्या फेसबुक अकाऊंटवर लेफ्टनंट सुशीलचा मित्र विकास हंसने पोस्ट केले: "एक दिवस जेव्हा माझ्या हृदयात एक गोळी अडकते आणि मी माझ्या देशासाठी माझा प्राण देतो, तेव्हा माझे पदक माझ्या छातीवर ठेवा आणि माझ्या आईला म्हणालो की तिचा मुलगा खूप शूर आहे. माणूस हे शब्द जवळपास सहा वर्षांपूर्वी माझा मित्र सुशील याने माझ्या कॉपीच्या एका साध्या पानावर लिहिले होते. आज तो हे सिद्ध करणार कोणास ठाऊक. तुमचा मित्र असल्याचा मला अभिमान आहे. भाऊ, मी तुझ्यावर प्रेम करतो. तुझी आठवण येते."

48 तासांहून अधिक काळ चाललेल्या या लढाईबद्दल प्रसारमाध्यमांना माहिती देताना अधिकाऱ्यांनी सांगितले की, त्यांनी निकराच्या लढाईत पाच दहशतवाद्यांना ठार केले. शोध मोहिमेत, हव रवि कुमारला फटका बसला आणि लेफ्टनंट सुशीलने रवी कुमारला बाहेर काढण्यासाठी स्वेच्छेने काम केले. पण तो ते करू शकला नाही.

होय, तो तेथे पोहोचू शकला नाही, परंतु त्याने आपल्या सर्वोच्च बलिदानाने भारताच्या हृदयात स्थान मिळवले, ज्या पुरुषांचा आम्हाला अभिमान आहे, आमच्या सुरक्षेसाठी गोळ्यांचा सामना करणाऱ्या पुरुषांच्या यादीत, त्यांच्या यादीत. पुरुष राष्ट्र कॅप्टन विक्रम बत्रा, कॅप मनोजकुमार पांडे, मेजर संदीप उन्नीकृष्णन यांच्या लीगचे आणि शेवटी आभारी आहे.. अपवादात्मक, शूर, भारताचे अमर सुपुत्र.

लेफ्टनंट सुशील खजुरिया यांना सलाम.

19

लेफ्टनंट नवदीप सिंग

लेफ्टनंट नवदीप सिंग

Indian Army

Scan for Story Videos - www.itibook.com

लेफ्टनंट नवदीप सिंग, एसी हे भारतीय सैन्यात 15 मराठा लाईट इन्फंट्री रेजिमेंटचे घटक प्लाटून कमांडर होते.

जम्मू आणि काश्मीर राज्यात घुसखोरी करणाऱ्या 17 सुप्रशिक्षित आणि सशस्त्र दहशतवाद्यांवर हल्ला करण्यासाठी त्याने एका कारवाईचे नेतृत्व केले. त्याने 4 दहशतवाद्यांचा खात्मा केला आणि एका जखमी टीम सदस्याला जवळून प्राणघातक दुखापतीला बळी पडण्यापूर्वी सुरक्षित ठिकाणी आणले. ६३ व्या प्रजासत्ताक दिनी भारताच्या राष्ट्रपतींनी त्यांना मरणोत्तर भारताचा सर्वोच्च शांतताकालीन शौर्य पुरस्कार अशोक चक्र प्रदान केला.

गुरुदासपूर येथे जन्मलेले सिंग हे भारतीय सैन्यात सेवा देणारे तिसऱ्या पिढीतील सैनिक होते. त्यांचे आजोबा कनिष्ठ कमिशन अधिकारी होते तर त्यांचे वडील जोगिंदर सिंग यांनी ३० वर्षे बंगाल सॅपर्समध्ये सुभेदार-मेजर म्हणून काम केले आणि मानद कॅप्टन म्हणून सेवानिवृत्त झाले. त्यांनी बी.एस्सी.मध्ये पदवीचे शिक्षण पूर्ण केले. IHM-गुरदासपूर येथून 2006 मध्ये हॉटेल मॅनेजमेंटमध्ये आणि 2009 मध्ये आर्मी इन्स्टिट्यूट ऑफ मॅनेजमेंट, कोलकाता येथे पोस्ट ग्रॅज्युएशन केले, जिथे त्यांनी एमबीए पदवी प्राप्त केली.

सिंग यांनी कॉर्पोरेट कारकीर्द टाळली आणि त्याऐवजी ऑफिसर्स ट्रेनिंग अकादमीमध्ये सज्जन कॅडेट म्हणून रुजू झाले. 19 मार्च 2011 रोजी त्यांना आर्मी ऑर्डनन्स कॉर्प्समध्ये नियुक्त करण्यात आले. भारतीय सैन्याच्या सर्व नॉन-फाइटिंग शस्त्रास्त्रांच्या प्रथेप्रमाणे, अधिकाऱ्यांनी युद्धात किंवा बंडखोरी विरोधी थिएटरमध्ये दोन वर्षांचा इन्फंट्री बटालियनसह संलग्नक पूर्ण करणे आवश्यक आहे. या दोन वर्षांच्या कालावधीसाठी, अधिकारी, सर्व व्यावहारिक हेतूंसाठी, उक्त इन्फंट्री बटालियनचा आहे. 5 लेफ्टनंट सिंग जम्मू आणि काश्मीरमधील 15 मराठा लाईट इन्फंट्रीमध्ये त्यांच्या पहिल्या पदावर नियुक्त अधिकारी म्हणून संलग्न होते.

20 ऑगस्ट 2011 रोजी, सिंह यांनी उत्तर काश्मीरच्या गुरेझ सेक्टरमध्ये 17 सशस्त्र दहशतवाद्यांना ठार मारण्यासाठी किंवा पकडण्यासाठी ऑपरेशनची योजना आखली आणि त्याचे नेतृत्व केले. त्याने दहशतवाद्यांसाठी घात केला आणि तो करण्यापूर्वी गोळीबार न करण्याचे आदेश टीमला दिले. अतिरेकी फक्त मीटर अंतरावर येईपर्यंत वाट पाहिल्यानंतर, हल्ल्यापूर्वी त्याने घुसखोरांना कोपरा दिला. हल्ला करण्यापूर्वी त्याने स्वतःला कमीत कमी कव्हर पॉईंटमध्ये आणि त्याच्या टीमला बोल्डर्सच्या मागे ठेवले होते. एका जखमी सैनिकाला सुरक्षिततेकडे खेचण्याचा प्रयत्न करत असताना सुमारे पाच मीटर अंतरावरून त्याच्या डोक्याला जखम झाल्याने त्याने तीन दहशतवाद्यांना ठार केले. तरीही त्याने चौथ्या दहशतवाद्याला ठार केले. त्याने आपल्या साथीदाराला सुरक्षिततेकडे खेचण्यात यश मिळविले आणि मृत्यूपर्यंत गोळीबार चालू ठेवला.

सुमारे 8 मिनिटे चाललेली ही चकमक ज्यामध्ये 12 प्रशिक्षित दहशतवादी मारले गेले. त्यांचा मृतदेह श्रीनगर येथील रुग्णालयात नेण्यात आला.

लेफ्टनंट नवदीप सिंग हे नियंत्रण रेषेजवळच्या हाय अल्टिट्यूड एरियात तैनात असलेल्या १५ मराठा लाईट इन्फंट्रीचे घटक प्लाटून कमांडर होते.

20 ऑगस्ट 2011 रोजी सुमारे 0030 वाजता दहशतवाद्यांच्या गटाच्या घुसखोरीची माहिती मिळाल्यावर, अधिकाऱ्याने दहशतवाद्यांचा संभाव्य मार्ग मोजला आणि योग्य ठिकाणी घात केला. जेव्हा दहशतवादी दिसले तेव्हा त्या अधिकाऱ्यानेच घात केला. जोरदार गोळीबार झाला. समोरून नेतृत्व करत अधिकाऱ्याने जवळून तीन दहशतवाद्यांचा खात्मा केला. दुसऱ्या दहशतवाद्याला त्याच्या वैयक्तिक सुरक्षेकडे पूर्णपणे दुर्लक्ष करून, त्यांच्या स्थितीकडे येताना पाहून, अधिकाऱ्याने आपली गोळीबाराची स्थिती त्वरेने बदलली. हे करत असताना त्यांच्या डोक्यात गोळी लागली. तरीही चौथ्या दहशतवाद्याचा खात्मा करण्यात तो यशस्वी झाला. पुढे, अत्यंत शौर्य आणि कॉम्रेडशिप दाखवत, त्याने जखमी सहकारी सैनिकाला सुरक्षिततेकडे खेचले आणि जास्त रक्तस्रावामुळे तो बेशुद्ध होईपर्यंत गोळीबार करत राहिला.

लेफ्टनंट नवदीप सिंग यांनी दहशतवाद्यांचा पराभव करताना आणि देशासाठी सर्वोच्च बलिदान देताना आपला अदम्य आत्मा, दृढनिश्चय आणि अपवादात्मक शौर्य दाखवले.

लेफ्टनंट नवदीप सिंग यांचे पार्थिव दुसऱ्या दिवशी लष्करी ताफ्यात भारतीय ध्वजात गुंडाळून त्यांच्या मूळ गावी गुरुदासपूर येथे आणण्यात आले. शोक करणाऱ्यांमध्ये त्यांच्या गावातील लोक, नागरी आणि लष्करी अधिकारी आणि त्यांच्या रेजिमेंटमधील सैनिकांचा समावेश होता ज्यांनी त्यांना गार्ड ऑफ ऑनर आणि अंतिम सलामी दिली. मुख्यमंत्र्यांचे प्रतिनिधित्व करणाऱ्या राज्याच्या कॅबिनेट मंत्र्याने त्यांच्या पार्थिवावर पुष्पहार अर्पण केला. गर्दीने फुलांचा वर्षाव करत आणि "नवदीप सिंग अमर रहे" असा जयघोष करत त्याच्यावर पूर्ण राज्य आणि लष्करी सन्मानाने अंत्यसंस्कार करण्यात आले.

भारताच्या राष्ट्रपती प्रतिभाताई पाटील यांच्या हस्ते त्यांना ६३ व्या प्रजासत्ताक दिनी मरणोत्तर अशोक चक्र प्रदान करण्यात आले.

20

कॅप्टन महेंद्रनाथ मुल्ला

कॅप्टन महेंद्रनाथ मुल्ला

Indian Army

Scan for Story Videos - www.itibook.com

कॅप्टन महेंद्र नाथ मुल्ला यांचा जन्म 15 मे 1926 रोजी उत्तर प्रदेशातील गोरखपूर येथे झाला. ते एका वकिलाच्या कुटुंबातील होते ज्यात त्यांचे वडील श्री तेज नारायण मुल्ला उच्च न्यायालयात न्यायाधीश होते आणि मोठा भाऊ वकील होता. त्यांचे काका श्री आनंद नारायण मुल्ला हे देखील वकील होते आणि अलाहाबाद उच्च न्यायालयाच्या लखनौ खंडपीठाचे सदस्य होते. कॅप्टन मुल्ला तरुण असताना त्यांनाही कायद्याच्या व्यवसायात रस होता, पण जसजसा तो मोठा झाला तसतशी त्याची आवड सशस्त्र दलाकडे वळली. वयाच्या 20 व्या वर्षी, त्यांनी इंटरमीडिएट परीक्षा उत्तीर्ण केली आणि 1 मे 1948 रोजी भारतीय नौदलात नियुक्त झाले. नौदलातील त्यांच्या कार्यकाळात, कॅप्टन महेंद्र नाथ मुल्ला यांना सेवेतील कोर्ट-मार्शल कार्यवाहीमध्ये उत्कृष्ट बचाव सल्लागार म्हणून वर्णन केले गेले. . इतर आवडींबरोबरच त्यांना उर्दू शायरीचाही आस्वाद होता.

कॅप्टन मुल्ला यांना यूकेमध्ये चार वर्षे प्रशिक्षित केले होते आणि परत आल्यावर त्यांनी माइनस्वीपरचे कार्यकारी अधिकारी म्हणून काम

केले. त्यांनी तीन वर्षे INS कृष्णा या जहाजावर सेवा बजावली. कॅप्टन मुल्ला यांनी त्यांच्या सेवा कारकिर्दीत विविध महत्त्वाच्या नियुक्त्या केल्या ज्यात नौदल मुख्यालयातील नौदलाच्या नियुक्त्यांचे प्रभारी अधिकारी, लंडनमधील भारतीय उच्चायुक्तांचे तीन वर्षांसाठी उप नौदल सल्लागार आणि बॉम्बे येथील नौदल किनारी प्रतिष्ठान INS आंग्रेचे कार्यकारी अधिकारी. नौदल योजना संचालनालयातील नौदल मुख्यालयात कार्यकाळाशिवाय त्यांनी INS राणा या विनाशकाचे कमांडिंग अधिकारी म्हणूनही काम केले. फेब्रुवारी 1971 मध्ये, ते INS खुकरीमध्ये सामील झाले आणि जहाजाचे कॅप्टन म्हणून कार्यभार स्वीकारला.

भारत-पाक युद्ध: 09 डिसेंबर 1971

1971 चे भारत-पाक युद्ध सुरू झाले तेव्हा कॅप्टन मुल्ला पाश्चात्य फ्लीटमधील दोन जहाजांच्या टास्क फोर्सचे नेतृत्व करत होते. या टास्क फोर्सकडे उत्तर अरबी समुद्रात शत्रूच्या पाणबुड्यांची शिकार करून त्यांना निष्प्रभ करण्याची जबाबदारी होती. 03 डिसेंबर 1971 रोजी भारतीय नौदलाच्या रेडिओ शोध उपकरणांनी दीव बंदराच्या परिसरात पाणबुडी ओळखली. त्यानंतर, शत्रूच्या पाणबुडीच्या धोक्याचा सामना करण्यासाठी आयएनएस खुकरी आणि आयएनएस किरपाण आणि आयएनएस कुठार या दोन जहाजांसह रवाना करण्यात आले.

9 डिसेंबरच्या उशिरा संध्याकाळी, INS खुकरीवर पाकिस्तानी पाणबुडी PNS हंगूरने हल्ला केला आणि त्यावर टॉर्पेडोचा गोळीबार केला, ज्यामुळे विनाशकारी नुकसान झाले. कॅप्टन मुल्ला यांनी काही मिनिटांतच परिस्थितीचे मूल्यांकन केले आणि ते सोडून देण्याचे आदेश दिले. खुकरीच्या आत दोन मोठे स्फोट झाले आणि जहाज अंधारात गेले. त्याने सर्व शक्ती गमावली आणि 'जहाज सोडून द्या' च्या आदेशाचे पालन केल्यामुळे अराजकतेने त्याच्या उजवीकडे (स्टारबोर्ड) वाकण्यास सुरुवात केली. पण या सगळ्यात, कॅप्टन मुल्ला वरवर पाहता एकदम मस्त आणि शांत होता कारण तो सर्वात वाईट परिस्थितीची वाट पाहत होता; अनेक वाचलेल्यांना जहाज सोडण्यास मदत करणे. त्याने शक्य तितक्या लोकांना वाचवण्याचा प्रयत्न करत

अनुकरणीय शौर्य दाखवले. त्याने आपल्या सेकंड-इन-कमांडला लाईफबोट, तराफा आणि बोयस समुद्रात टाकण्याचे निर्देश दिले, त्यानंतर त्याने वैयक्तिकरित्या आपल्या माणसांच्या सुरक्षेची खात्री करून त्यांना लाइफबोटमध्ये नेले.

176 खलाशी आणि 18 अधिकारी आणि जहाजाचा कॅप्टन यांना घेऊन अरबी समुद्रातील त्यांच्या पाणथळ थडग्यात INS खुकरी काही मिनिटांतच बुडाली. पण कॅप्टन मुल्ला इतका सच्चा नेता होता की त्याने आपले जहाज आणि त्यात अडकलेल्या माणसांना सोडले नाही. आपल्या आयुष्याच्या शेवटच्या मिनिटांत, कॅप्टन मुल्लाने विलक्षण धैर्य दाखवले, आपल्यातील अनेकांना वाचवण्यास मदत केली आणि आपले जहाज सोडले नाही. दुखापत झाली आणि त्याच्या डोक्यातून रक्तस्त्राव होऊन तो जहाजासह खाली गेला. संकटकाळात कॅप्टन मुल्लाच्या शांत, शांत आणि दृढ संयमाने, केवळ बचावलेल्या दलाचेच नव्हे तर संपूर्ण नौदल आणि सशस्त्र दलांचे मनोबल पुढील वर्षांसाठी उंचावले.

कॅप्टन महेंद्र नाथ मुल्ला यांना त्यांच्या अतुलनीय धैर्य, नेतृत्व आणि सर्वोच्च बलिदानासाठी भारतीय नौदलाचा पहिला आणि देशाचा दुसरा सर्वोच्च शौर्य पुरस्कार "महावीर चक्र" प्रदान करण्यात आला.

फ्रिगेट स्क्वाड्रनचे वरिष्ठ अधिकारी कॅप्टन एमएन मुल्ला यांच्या नेतृत्वाखाली भारतीय नौदलाच्या दोन जहाजांना उत्तर अरबी समुद्रात पाकिस्तानी पाणबुडी शोधून ती नष्ट करण्याचे काम सोपवण्यात आले होते. 9 डिसेंबर 1971 च्या रात्री या ऑपरेशन्स दरम्यान, INS “खुकरी” ला शत्रूच्या पाणबुडीने डागलेल्या टॉर्पेडोचा फटका बसला आणि ती बुडाली. जहाज सोडण्याचा निर्णय घेतल्यानंतर, कॅप्टन मुल्लाने आपल्या वैयक्तिक सुरक्षेची पर्वा न करता, आपल्या जहाजाच्या कंपनीच्या बचावाच्या व्यवस्थेची देखरेख अतिशय थंड, शांत आणि पद्धतशीर पद्धतीने केली. जहाज बुडत असतानाही नंतरच्या टप्प्यावर, कॅप्टन मुल्ला यांनी मनाची उपस्थिती दर्शवली आणि बचाव कार्य चालूच ठेवले आणि स्वतःचे जीव वाचवणारे उपकरण एका खलाशीला देऊन स्वतःला वाचवण्यास नकार दिला. शक्य तितक्या

आपल्या माणसांना जहाज सोडण्याचे निर्देश देऊन, कॅप्टन मुल्ला आणखी काय बचाव कार्य करता येईल हे पाहण्यासाठी पुन्हा पुलावर गेला. असे करताना, कॅप्टन मुल्ला शेवटच्या वेळी त्याच्या जहाजासह खाली जाताना दिसला. त्यांची कृती आणि वागणूक आणि त्यांनी मांडलेले उदाहरण सेवेच्या सर्वोच्च परंपरांना अनुसरून आहे. कॅप्टन एमएन मुल्ला यांनी विलक्षण शौर्य आणि समर्पण दाखवले.

कॅप्टन मुल्लाची मोठी मुलगी अमीता मुल्ला वट्टल: "माझे संपूर्ण आयुष्य देशासाठी मरण पावलेल्या माणसाची साक्ष आहे आणि मला विश्वास आहे की मला त्यासाठी जगावे लागेल. तथापि, विडंबना ही आहे की तो ज्या अनुकरणीय मार्गाने जगला आणि मरण पावला त्यामुळं कधीही त्याच्या अपेक्षा पूर्ण होऊ शकल्या नाहीत. "9 डिसेंबर 1971 रोजी जेव्हा त्यांचे जहाज टॉर्पेडोने आदळले आणि ते बुडू लागले तेव्हा त्यांनी लाइफबोटच्या सुरक्षेसाठी जास्तीत जास्त खलाशी आणि अधिकारी मिळवण्यात कोणतीही कसर सोडली नाही. आणि जेव्हा त्याने आपले कर्तव्य केले तेव्हा त्याने आपल्या जहाजासह खाली जाण्याचा निर्णय घेतला. हे करणे योग्य होते म्हणून नाही किंवा त्याच्याकडून हे अपेक्षित होते म्हणून नाही, परंतु त्याला मी जसे केले तसे जाणून घेणे ही एकमेव गोष्ट होती. "स्वतंत्र भारताच्या नौदलाचा तो पहिला कर्णधार होता जो त्याच्या जहाजासह खाली गेला होता आणि आशा आहे की शेवटचा होता. असा एक माणूस संपूर्ण देशाला आयुष्यभर सन्मान मिळवून देण्यासाठी पुरेसा आहे."

जनरल कार्डोझो: "या धाडसी आणि वीर कृतीत, कॅप्टन मुल्ला आपल्याला फक्त कसे जगायचे नाही तर कसे मरायचे हे शिकवतो."

कॅप्टन मुल्ला यांच्या पत्नी सुधा मुल्ला यांनी त्यांच्या दिवंगत पतीच्या सेवेबद्दल सांगितले, "नौदल हे घरापासून दूर माझे घर आहे. ते माझ्यासाठी नेहमीच राहिले आहे. माझ्यासाठी संरक्षण सेवा ही बंधुता, कौटुंबिक भावना आणि राष्ट्र उभारणीचे उत्कृष्ट उदाहरण आहेत.

21

मेजर संदीप उन्नीकृष्णन

मेजर संदीप उन्नीकृष्णन

Indian Army

Scan for Story Videos - www.itibook.com

मेजर संदीप उन्नीकृष्णन यांचा जन्म 15 मार्च 1977 रोजी केरळमधील कोझिकोड येथे झाला. मेजर संदीप उन्नीकृष्णन बंगलोरमध्ये राहणाऱ्या नायर कुटुंबातून आले होते, ते केरळमधील कोझिकोड जिल्ह्यातील चेरुवन्नूर येथून आले होते. इस्रोचे अधिकारी श्री के. उन्नीकृष्णन आणि श्रीमती धनलक्ष्मी उन्नीकृष्णन यांचे एकुलते एक अपत्य, त्यांनी लहानपणापासूनच सशस्त्र दलात सेवा करण्याचा विचार कायम ठेवला. 1995 मध्ये विज्ञान शाखेत पदवी प्राप्त करण्यापूर्वी त्यांनी बंगलोरमधील फ्रँक अँथनी पब्लिक स्कूलमध्ये 14 वर्षे घालवली. त्याने शालेय उपक्रमांमध्ये चांगली कामगिरी केली आणि क्रीडा स्पर्धांमध्येही उत्कृष्ट कामगिरी केली. तो शाळेतील गायन मंडळाचा सदस्य होता आणि चित्रपट पाहण्याचा आनंद घेत असे.

ते 1995 मध्ये राष्ट्रीय संरक्षण प्रबोधिनी (NDA), पुणे, महाराष्ट्र येथे सामील झाले आणि NDA च्या 94 व्या अभ्यासक्रमाचा भाग म्हणून पदवीधर झाले. त्यांचे एनडीए मित्र त्यांना "निःस्वार्थी", "उदार" आणि "शांत आणि संयमी" म्हणून लक्षात ठेवतात. त्यानंतर ते आयएमए डेहराडून येथील 104 आयएमए कोर्समध्ये सामील झाले

आणि 1999 मध्ये उत्तीर्ण झाले. त्यांना 12 जुलै 1999 रोजी वयाच्या 22 व्या वर्षी बिहार रेजिमेंट (इन्फंट्री) च्या 7 व्या बटालियनमध्ये लेफ्टनंट म्हणून नियुक्त करण्यात आले. ऑपरेशनल युनिटमध्ये सामील झाल्यानंतर त्याने लवकरच आपल्या फील्ड क्राफ्ट कौशल्याचा सन्मान केला आणि एक कठोर आणि वचनबद्ध सैनिक म्हणून विकसित झाला. एक तरुण लेफ्टनंट म्हणून, त्याने जुलै 1999 मध्ये "ऑपरेशन विजय" मध्ये देखील भाग घेतला होता आणि पाकिस्तानी सैन्याने केलेल्या जोरदार तोफखाना आणि लहान शस्त्रांच्या गोळीबाराला तोंड देत फॉरवर्ड पोस्टवर तैनात करण्यात आले होते. 31 डिसेंबर 1999 च्या संध्याकाळी, त्यांनी सहा सैनिकांच्या तुकडीचे नेतृत्व केले आणि जोरदार विरोध आणि आगीच्या विरोधात विरोधी बाजूपासून 200 मीटर अंतरावर एक पोस्ट स्थापन करण्यात यश मिळविले.

12 जून 2003 रोजी त्यांची लेफ्टनंट ते कॅप्टन म्हणून उन्नती झाली आणि नंतर 13 जून 2005 रोजी त्यांची मेजर पदावर पदोन्नती झाली. 'घटक कोर्स' (कमांडो विंग (इन्फंट्री स्कूल), बेळगाव येथे), सर्वात आव्हानात्मक अभ्यासक्रमांपैकी एक. सैन्यदलात, त्याने "इन्स्ट्रक्टर ग्रेडिंग" आणि प्रशंसा मिळवून कोर्समध्ये अव्वल स्थान मिळविले. त्याने गुलमर्ग येथील हाय अल्टिट्यूड वॉरफेअर स्कूल (एचएडब्ल्यूएस) मध्ये एक कोर्स देखील घेतला आणि हाय अल्टिट्यूड वॉरफेअर, काउंटर इंटेलिजन्स आणि सर्व्हायव्हल स्किल्सचे प्रशिक्षण घेतले. सियाचीन, जम्मू-काश्मीर, गुजरात आणि राजस्थानमध्ये भारतीय सैन्यात वेगवेगळ्या ठिकाणी सेवा दिल्यानंतर मेजर संदीप उन्नीकृष्णन यांची राष्ट्रीय सुरक्षा रक्षक दलात भरती होण्यासाठी निवड झाली. प्रशिक्षण पूर्ण झाल्यावर, त्यांना जानेवारी 2007 मध्ये NSG च्या 51 विशेष कृती गटाचे (51 SAG) प्रशिक्षण अधिकारी म्हणून नियुक्त करण्यात आले आणि NSG च्या विविध ऑपरेशन्समध्ये भाग घेतला.

ऑपरेशन ब्लॅक टॉर्नेडो: नोव्हेंबर 2008

नोव्हेंबर 2008 मध्ये, मेजर उन्नीकृष्णन 51 SAG सोबत सेवा करत होते, NSG च्या विशेष प्रतिसाद युनिटला दहशतवाद विरोधी ऑपरेशन्ससाठी प्रशिक्षित आणि सुसज्ज करण्यात आले होते. 26

नोव्हेंबर 2008 च्या रात्री दक्षिण मुंबईतील अनेक प्रतिष्ठित इमारतींवर हल्ला झाला. 100 वर्षे जुने ताजमहाल पॅलेस हॉटेल ज्या इमारतींमध्ये ओलीस ठेवण्यात आले होते. मेजर उन्नीकृष्णन हे ओलिसांची सुटका करण्यासाठी हॉटेलमध्ये ऑपरेशनमध्ये तैनात असलेल्या 51 स्पेशल ॲक्शन ग्रुप (51 SAG) चे टीम कमांडर होते. तो 10 कमांडोजच्या ग्रुपसोबत हॉटेलमध्ये शिरला आणि जिन्याने सहाव्या मजल्यावर पोहोचला. पथक पायऱ्या उतरत असताना त्यांना तिसऱ्या मजल्यावर गुन्हेगार असल्याचा संशय आला. आतून बंद असलेल्या खोलीत काही महिलांना ओलीस ठेवले होते.

संघाने दरवाजा तोडण्याचा निर्णय घेतला आणि ते पूर्ण झाल्यावर संघाला दहशतवाद्यांच्या गोळीबाराचा सामना करावा लागला. मेजर उन्नीकृष्णन यांचे सहकारी असलेल्या कमांडो सुनील यादव यांना गुन्हेगारांनी केलेल्या गोळीबाराचा फटका बसला. मेजर उन्नीकृष्णन यांनी गुन्हेगारांना गोळीबारात गुंतवून यादव यांना बाहेर काढण्याची व्यवस्था केली. नंतर मेजर उन्नीकृष्णन यांनी हॉटेलच्या दुसऱ्या मजल्यावर पळून गेलेल्या दहशतवाद्यांचा पाठलाग केला. त्यानंतर झालेल्या चकमकीत त्याच्या पाठीत गोळी लागली जी प्राणघातक ठरली. NSG अधिकाऱ्यांच्या म्हणण्यानुसार त्यांचे शेवटचे शब्द होते, "वर येऊ नका, मी त्यांना हाताळीन,". त्याच्या अपवादात्मक धैर्याने आणि नेतृत्वाने त्याच्या साथीदारांना सर्व दहशतवाद्यांचा खात्मा करण्यासाठी आणि नेमून दिलेले मिशन यशस्वीपणे पूर्ण करण्यासाठी प्रेरित केले. मेजर संदीप उन्नीकृष्णन हे एक शूर सैनिक आणि धैर्यवान अधिकारी होते, ज्यांनी समोरून नेतृत्व केले आणि भारतीय सैन्याच्या सर्वोच्च परंपरांचे पालन करत वयाच्या 31 व्या वर्षी आपल्या कर्तव्याच्या ओळीत आपले प्राण दिले.

मेजर संदीप उन्नीकृष्णन यांना त्यांच्या अतुलनीय शौर्यासाठी, अतुलनीय लढाऊ भावना आणि सर्वोच्च बलिदानासाठी देशाचा सर्वोच्च शांतताकालीन शौर्य पुरस्कार "अशोक चक्र" देण्यात आला. मेजर संदीप उन्नीकृष्णन यांच्या पश्चात त्यांचे वडील श्री के. उन्नीकृष्णन आणि आई श्रीमती धनलक्ष्मी उन्नीकृष्णन आहेत.

२६ नोव्हेंबर २००८ रोजी मुंबईत दहशतवादी हल्ला झाला तेव्हा मेजर संदीप उन्नीकृष्णन यांनी त्यांच्या टीमसह हॉटेल ताजमहाल, मुंबई येथून दहशतवाद्यांना हुसकावून लावण्यासाठी केलेल्या ऑपरेशनचे नेतृत्व केले ज्यात त्यांनी सहाव्या आणि पाचव्या मजल्यावरून १४ ओलिसांची सुटका केली आणि तेथून पळ काढला. त्यांना तळमजल्यावर.

मध्यवर्ती पायऱ्यांवरून जात असताना त्यांची टीम पहिल्या मजल्यावरून तीव्र आगीखाली आली, ज्यामध्ये त्यांच्या टीममधील एक सदस्य गंभीर जखमी झाला. वैयक्तिक सुरक्षेकडे पूर्णपणे दुर्लक्ष करून, मेजर संदीप उन्नीकृष्णन यांनी अचूक गोळीबार करून दहशतवाद्यांना कंठस्नान घातले आणि जखमी कमांडोला सुरक्षित ठिकाणी सोडवले. त्यानंतर झालेल्या गोळीबारात त्याच्या उजव्या हाताला दुखापत झाली. अतिरेक्यांना अंधाराच्या आच्छादनाखाली खोलीतून पळून जाण्याचा प्रयत्न करताना पाहून, जखमी असूनही अधिकारी ताबडतोब प्रवेशद्वाराकडे धावले आणि प्रभावी गोळीबार केला, त्यामुळे पळून जाण्याचे मार्ग रोखले आणि त्यापैकी एक जखमी झाला. गोळीबाराच्या या देवाणघेवाणीत त्याला पुन्हा गोळ्या लागल्या आणि त्यानंतर त्याचा मृत्यू झाला. अधिकाऱ्याच्या या उत्स्फूर्त कृतीमुळे दहशतवाद्यांना वसाबी रेस्टॉरंटमध्ये आश्रय घेण्यास भाग पाडले, त्यामुळे वसाबी रेस्टॉरंटमधील दहशतवाद्यांचा यशस्वीपणे खात्मा करण्यासाठी उर्वरित टास्क फोर्सला सुरुवातीची प्रेरणा मिळाली.

मेजर संदीप उन्नीकृष्णन यांनी सौहार्द आणि सर्वोच्च क्रमाचे नेतृत्व याशिवाय अत्यंत विलक्षण शौर्य दाखवले आणि देशासाठी सर्वोच्च बलिदान दिले.

22

जनरल अरुणकुमार श्रीधर वैद्य

जनरल अरुणकुमार श्रीधर वैद्य

Indian Army

Scan for Story Videos - www.itibook.com

जनरल अरुणकुमार श्रीधर वैद्य यांनी 31 जुलै 1983 रोजी 13वे लष्करप्रमुख म्हणून भारतीय लष्कराचा कार्यभार स्वीकारला. 27 जानेवारी 1926 रोजी जन्मलेल्या, त्यांना 1945 मध्ये भारतीय आर्मर्ड कॉर्प्समध्ये नियुक्त करण्यात आले आणि दुसऱ्या महायुद्धात त्यांनी युद्ध पाहिले. ते स्वातंत्र्योत्तर 9व्या डेक्कन हॉर्सचे सातवे कमांडर होते, जे भारतीय सैन्यातील सर्वात जुन्या आर्मर्ड रेजिमेंटपैकी एक होते. 1965 च्या भारत-पाक युद्धादरम्यान असल उत्तरच्या लढाईत त्यांनी या रेजिमेंटचे नेतृत्व केले आणि 1971 च्या भारत-पाक संघर्षादरम्यान शकरगडच्या लढाईत दुसऱ्या (स्वतंत्र) आर्मर्ड ब्रिगेडचे नेतृत्व केले.

१९६५ च्या भारत-पाक युद्धादरम्यान तत्कालीन लेफ्टनंट कर्नल वैद्य हे डेक्कन हॉर्सचे कमांडर होते. 6 ते 11 सप्टेंबरपर्यंत, त्याच्या युनिटने पंजाबमधील असल उत्तर आणि चीमा येथे अनेक कारवाया केल्या. त्याने आपल्या युनिटचे संघटन करण्यात आणि मोठ्या अडचणींशी लढताना प्रेरणादायी नेतृत्व आणि उल्लेखनीय संसाधने दाखवली आणि पाकिस्तानी सैन्याच्या पॅटन टँकवर गंभीर जखमी केले. अथक परिश्रमाने तो त्याच्या वैयक्तिक सुरक्षेकडे पूर्णपणे दुर्लक्ष करून

सेक्टर ते सेक्टरमध्ये गेला, त्यामुळे त्याच्या वैयक्तिक उदाहरणाने त्याच्या सैन्याला प्रेरणा मिळाली. असल उत्तर आणि नंतर चीमा येथे झालेल्या युद्धात पाकिस्तानी आरमाराचा मुसंडी मारण्यात त्यांचा मोलाचा वाटा होता. त्यांच्या असाधारण शौर्यासाठी त्यांना महावीर चक्र (भारताचे शौर्यसाठीचे दुसरे सर्वोच्च पदक) प्रदान करण्यात आले.

1971 च्या भारत-पाक संघर्षादरम्यान, तत्कालीन ब्रिगेडियर वैद्य हे पश्चिम आघाडीवर जफरवाल सेक्टरमध्ये आर्मर्ड ब्रिगेडचे कमांडर होते. पाकिस्तानी लष्कराशी मुकाबला करण्यासाठी त्याने आपली ब्रिगेड झपाट्याने हलवली आणि शत्रूच्या रणगाड्यांना आश्चर्याचा धक्का दिला. त्याने आपल्या रणगाड्या अथकपणे आणि आक्रमकपणे वापरल्या आणि पाकिस्तानच्या सैन्याविरूद्ध सतत दबाव आणि आगाऊ गती राखण्यासाठी विभागाला मदत केली. चक्र आणि दहिराच्या युद्धात, माइनफिल्ड्ससह प्रतिकूल भूभागामुळे जाणे कठीण होते. शांत आणि आत्मविश्वासाने, त्याने माइनफील्डमधून क्रॉसिंग केले आणि स्वतःच्या वैयक्तिक सुरक्षिततेकडे दुर्लक्ष करून पुढे सरकले. त्याच्या प्रेरणादायी नेतृत्वामुळे, संपूर्ण स्क्वॉड्रन लेनमधून पुढे ढकलले आणि पाकिस्तानी लष्कराच्या प्रतिहल्ल्यांना तोंड देण्यासाठी त्वरीत तैनात केले.

शकरगढ सेक्टरमधील बसंतरच्या लढाईत, 1971 च्या भारत-पाक संघर्षादरम्यान, ब्रिगेडियर वैद्य यांनी पुन्हा आपले व्यावसायिक कौशल्य आणि उत्कृष्ट नेतृत्व प्रदर्शित केले. त्याने आपले टाक्या एका खोल खाणीतून मिळवले, ब्रिजहेडचा विस्तार केला आणि शत्रूचा जोरदार प्रतिहल्ला परतवून लावला. या युद्धात पाकिस्तानी लष्कराचे ६२ रणगाडे उद्ध्वस्त झाले. या संपूर्ण काळात त्यांनी भारतीय सैन्याच्या उत्कृष्ट परंपरांचे पालन करून शत्रूविरुद्ध लढण्यासाठी अतुलनीय धैर्य, उत्तम व्यावसायिक कौशल्य, अदम्य इच्छाशक्ती, दूरदृष्टी आणि कल्पनाशक्ती दाखवली. यासाठी त्यांना दुसरे महावीर चक्र (बार टू एमव्हीसी म्हणून ओळखले जाते) प्रदान करण्यात आले.

1973 मध्ये मेजर जनरल या पदावर पदोन्नती झाल्यानंतर त्यांनी डायरेक्टर मिलिटरी ऑपरेशन्स, मुख्यालयाच्या दक्षिण कमांडमध्ये

चीफ ऑफ स्टाफ आणि कमांडंट आर्मर्ड कॉर्प्स सेंटर अँड स्कूल म्हणून नियुक्त्या केल्या. जानेवारी 1980 मध्ये लेफ्टनंट जनरल या पदावर पदोन्नती मिळाल्यानंतर, जून 1981 मध्ये पूर्व कमांडचे जनरल ऑफिसर कमांडिंग-इन-चीफ म्हणून नियुक्ती होण्यापूर्वी त्यांनी मास्टर जनरल ऑफ ऑर्डनन्स आणि नंतर कॉर्प्सचे जनरल ऑफिसर कमांडिंग म्हणून नियुक्ती केली. त्यांनी बंडखोरीच्या समस्या सोडविण्याचे काम त्यांच्या कमांडमध्ये केले हे विशेष कौतुकास्पद आहे. त्यांना 1983 मध्ये परम विशिष्ट सेवा पदक (PVSM) प्रदान करण्यात आले होते.

जनरल वैद्य यांनी 01 ऑगस्ट 1983 ते 31 जानेवारी 1985 या कालावधीत लष्करप्रमुख म्हणून पदभार स्वीकारला. लष्करप्रमुख म्हणून त्यांच्या कार्यकाळात त्यांनी 1984 मध्ये ऑपरेशन ब्लूस्टारची योजना आखली - शीख धर्माच्या सर्वात पवित्र ठिकाणी स्वतःला रोखून धरणाऱ्या अतिरेकी खलिस्तानी फुटीरतावाद्यांविरुद्ध एक वादग्रस्त लष्करी कारवाई तीर्थ - पंजाबमधील सुवर्ण मंदिर. ऑपरेशन हा त्याच्या कारकिर्दीतील सर्वात कठीण आणि वेदनादायक निर्णय असल्याचे त्याने वर्णन केले. 31 जानेवारी 1986 रोजी 40 वर्षांहून अधिक सेवा पूर्ण करून निवृत्त होऊन पुण्यात शांत जीवन जगले. भारतीय सैन्याने सुवर्ण मंदिरावर केलेल्या हल्ल्याचा बदला म्हणून 10 ऑगस्ट 1986 रोजी खलिस्तानी फुटीरतावाद्यांनी त्यांची हत्या केली. राष्ट्रासाठी त्यांच्या अथक सेवेसाठी त्यांना मरणोत्तर पद्मविभूषण - भारताचा दुसरा सर्वोच्च नागरी सन्मान - प्रदान करण्यात आला.

एक उत्कृष्ट लष्करी नेता, जनरल वैद्य यांनी भारतीय सैन्याला अतिशय सुदृढ नेतृत्व दिले आणि त्यांच्याबरोबर शौर्य, शौर्य आणि लढाऊ अनुभवाचा विलक्षण जलाशय लष्कराच्या प्रमुखाला शोभेल असा आणला. संरक्षण सेवेतील सर्वात सुशोभित सैनिकांमध्ये त्यांचा मान होता.

23
कॅप्टन विक्रम बत्रा

कॅप्टन विक्रम बत्रा

Indian Army

Scan for Story Videos - www.itibook.com

२६ जुलै १९९९ रोजी झालेल्या निर्णायक युद्धात भारतीय सशस्त्र दलाने पाकिस्तानचा पराभव केला. कारगिलच्या कठीण भूभागावर प्रखर संघर्षादरम्यान आपल्या देशाचे रक्षण करण्यासाठी अनेक धाडसी तरुण योद्ध्यांनी आपल्या प्राणांची आहुती दिली.

तेव्हापासून 22 वर्षे झाली, तरीही कारगिलच्या वीरांचे अतुलनीय शौर्य आणि बलिदान आजही देशाच्या सामूहिक स्मृतीमध्ये अंकित आहे. या शूर योद्ध्यांमध्ये एक असा माणूस होता जो क्रूरपणे आणि निःस्वार्थपणे लढला आणि जो प्रत्येक तरुण भारतीय सैनिकाचा चेहरा बनला.

विक्रम बत्राचा जन्म ९ सप्टेंबर १९७४ रोजी हिमाचल प्रदेशात झाला आणि पालमपूरच्या सुंदर हिल स्टेशनमध्ये वाढला. सरकारी शाळेचे मुख्याध्यापक गिरधारी लाल बत्रा आणि शाळेतील शिक्षक कमलकांत यांना जन्मलेल्या जुळ्या मुलांपैकी ते थोरले होते. विक्रम हा त्याच्या समवयस्क आणि शिक्षकांमध्ये एक लोकप्रिय विद्यार्थी होता कारण तो शाळेत एक अष्टपैलू खेळाडू होता, शैक्षणिक तसेच क्रीडा आणि अतिरिक्त क्रियाकलापांमध्ये उत्कृष्ट होता. त्याला उत्तर भारतातील सर्वोच्च NCC कॅडेट म्हणून नाव देण्यात आले आणि त्याने कराटेमध्ये

ग्रीन बेल्ट देखील धारण केला आणि टेबल टेनिसमध्ये राष्ट्रीय स्तरावर स्पर्धा केली. कॅप्टन विक्रम बत्रा यांनी 6 डिसेंबर 1997 रोजी भारतीय लष्कराच्या जम्मू आणि काश्मीर रायफल्सच्या 13 व्या बटालियनमधून त्यांच्या लष्करी कारकिर्दीची सुरुवात केली. कॅप्टन बत्रा 1999 च्या कारगिल युद्धादरम्यान उत्तर प्रदेशात तैनात होते, जेव्हा त्यांना द्रास सेक्टरमध्ये सैन्यात सामील होण्यासाठी बोलावण्यात आले होते.

कारगिल युद्धाचा काळ होता जेव्हा त्यांना कॅप्टन पदावर बढती मिळाली होती.

कारगिल युद्धादरम्यान, 19 जून रोजी, विक्रम बत्रा यांच्या डेल्टा कंपनीला सर्वात महत्त्वाच्या शिखरांपैकी एक, शिखर 5140 पुन्हा ताब्यात घेण्याचा आदेश देण्यात आला. पाकिस्तानी सैनिकांना शिखरावर बसण्याचा फायदा झाला असला तरी, बत्रा आणि त्यांच्या माणसांनी यशस्वीरित्या टेकडीवर चढाई केली आणि विजयाचा दावा केला.

पुढच्या मिशनमध्ये, कॅप्टन बत्रा यांना त्याच्या माणसांसह ऐंशी-डिग्री आणि 17,000 फूट उंच पॉइंट 4875 वर ताबा मिळवण्यासाठी पाठवण्यात आले.

7 जुलैच्या रात्री, बत्रा आणि त्यांचे लोक त्यांच्या मोहिमेसाठी पुढे जात असताना, धुक्यामुळे हवामान प्रतिकूल बनले. तरीही, सैनिक शीर्षस्थानी पोहोचण्यात यशस्वी झाले. याच वेळी दुसऱ्या अधिकाऱ्याला वाचवताना बत्रा गंभीर जखमी झाले. मात्र, त्याने हार मानली नाही. अखेरीस, कॅप्टन टिकू शकला नाही परंतु 8 जुलैच्या सकाळी भारताने पॉइंट 4875 ताब्यात घेतला.

24

रायफलमन जसवंत सिंग रावत

रायफलमन जसवंत सिंग रावत

Indian Army

Scan for Story Videos - www.itibook.com

रायफलमन जसवंत सिंग रावत, MVC (19 ऑगस्ट 1941 - 17 नोव्हेंबर 1962) हे गढवाल रायफल्समध्ये सेवा करणारे एक भारतीय लष्करी सैनिक होते, ज्यांना सध्याच्या अरुणाचलमधील नुरानंगच्या लढाईत केलेल्या कृतीमुळे मरणोत्तर प्रतिष्ठित महावीर चक्र प्रदान करण्यात आले. भारत-चीन युद्धादरम्यान प्रदेश, भारत

रायफलमन जसवंतसिंग रावत 17 नोव्हेंबर 1962 रोजी नॉर्थ-ईस्ट फ्रंटियर एजन्सी (आता अरुणाचल प्रदेश) येथील नुरानंगच्या लढाईत 4थ्या बटालियन, 4थी गढवाल रायफल्समध्ये सेवा देत होते. त्या दिवशी, 4थ्या गढवाल रायफल्सने पीपल्स लिबरेशन आर्मीच्या दोन आरोपांना त्यांच्या स्थानावर परतवून लावले होते. तिसऱ्या घुसखोरीदरम्यान, एक चिनी मध्यम मशीन गन (MMG) भारतीय संरक्षणाच्या अगदी जवळ आली होती आणि त्यांच्या स्थानांवर अचूक गोळीबार करत होती. रायफलमॅन जसवंत सिंग रावत, लान्स नाईक त्रिलोक सिंग नेगी आणि रायफलमॅन गोपाल सिंग गुसैन यांनी एमएमजीला वश करण्यासाठी स्वेच्छेने काम केले.

रावत आणि गुसैन यांनी, नेगीकडून कव्हर फायर करून मशीन गन पोझिशनच्या ग्रेनेड फेकण्याच्या अंतरावर बंद केले आणि प्रक्रियेत

MMG जप्त करून, पाच सेन्ट्रीजच्या चिनी तुकडीला निष्प्रभ केले. मात्र, परतत असताना गुसैन आणि नेगी यांना जीव गमवावा लागला आणि रावत गंभीर जखमी झाले असले तरी ते ताब्यात घेतलेल्या शस्त्रासह परतण्यात यशस्वी झाले. या लढाईत 300 चिनी लोक मारले गेले, तर चौथ्या गढवाल रायफल्सने दोन जवान गमावले आणि आठ जखमी झाले. 6

रावत यांच्या कंपनीने अखेर माघार घेण्याचा निर्णय घेतला, पण रावत कायम राहिले आणि सेला आणि नूरा नावाच्या दोन स्थानिक मुलींच्या मदतीने त्यांनी लढा सुरू ठेवला. नंतर सेला मारला गेला आणि नुरा पकडला गेला. चिनी लोकांनी स्थानिक पुरवठादाराला ताब्यात घेईपर्यंत रावत यांनी शत्रूला 72 तास रोखून धरले, ज्याने त्यांना सांगितले की ते फक्त एका लढाऊ विमानाचा सामना करत आहेत. त्यानंतर चिनी लोकांनी रावत यांच्या पदावर हल्ला केला, परंतु त्यांच्या मृत्यूचे नेमके तपशील अस्पष्ट आहेत. काही खाती असा दावा करतात की रावत यांनी दारूगोळ्याच्या शेवटच्या फेरीत स्वतःवर गोळी झाडली; इतरांचे म्हणणे आहे की त्याला चिनी लोकांनी कैद केले आणि फाशी दिली. युद्ध संपल्यानंतर चिनी कमांडरने रावतचे कापलेले डोके आणि त्याचा पितळी अर्धाकृती भारताला परत केला.

जसवंत रावत यांनी दाखविलेल्या शौर्याचा त्यांनी पीपल्स लिबरेशन आर्मीला ज्या पोस्टवर हार मानली, त्या पोस्टवर स्मारक बांधून त्यांचा गौरव करण्यात आला. त्यांनी घेतलेल्या पदाला "जसवंत गड" असे नाव देण्यात आले. 8 9 त्यांना मिळालेला आणखी एक सन्मान म्हणजे तो मृत्यूनंतरही सेवा करत राहतो; तो अजूनही सेवा करत असल्याप्रमाणे त्याला पदोन्नती देण्यात आली आहे.

4थ्या गढवाल रायफल्सला नंतर बॅटल ऑनर नुरानंगने सन्मानित करण्यात आले, जो युद्धादरम्यान लष्करी तुकड्याला देण्यात येणारा एकमेव लढाई सन्मान आहे.

25

कॅप्टन गुरबचन सिंग सलारिया

कॅप्टन गुरबचन सिंग सलारिया

Indian Army

Scan for Story Videos - www.itibook.com

कॅप्टन गुरबचन सिंग सलारिया (जन्म 29 नोव्हेंबर 1935; गुरदासपूर, पंजाब – 1961) हे एक युद्ध नायक आहेत, ज्यांना परमवीर चक्र, भारतातील सर्वोच्च युद्धकालीन लष्करी पुरस्काराने सन्मानित करण्यात आले होते.

पार्श्वभूमी

गुरबचन सिंग सलारिया हे पंजाबमधील गुरुदासपूरमधील शक्रागढजवळील जंगला गावातील होते. ते शेतकरी कुटुंबातील होते आणि त्यांच्या वडिलांचे नाव चौधरी मुन्शी राम सलारिया होते. गुरुदासपूर आणि शकरगढ या ग्रामीण भागात डोग्रा आणि सैनी या दोघांमध्ये सलारिया कुळ आढळते. दोघेही चंद्रवंशी राजपूत वंशाचे आहेत आणि वसाहती काळात मार्शल रेस म्हणून त्यांची नोंद झाली होती.

सलारिया सैनीस

सलारिया हे ग्रामीण गुरुदासपूर, शकरगड, जम्मू आणि पाकिस्तानच्या सियालकोट जिल्ह्याच्या सीमेला लागून असलेल्या भागातील सर्वात मोठे सैनी कुळ आहे. या भागातील १७ हून अधिक गावांमध्ये सलारिया सैनींचे वर्चस्व आहे ज्यात कॅप्टन गुरबचनसिंग

सलारिया या गावातील जंगलाचा समावेश आहे.

हिल राजपूतांमध्ये अनेक सैनी वंश आहेत. सलारिया हे असेच एक कुळ. सलारिया व्यतिरिक्त काही इतर सैनी वंश, टेकड्यांवरील राजपूतांशी आच्छादित आहेत: धमरैत (धमरियाल), मंगर (मंगवाल/ मंगरल), गहुनिया (गोहैना), ढेरी (धेरिया), ओघरे (ओघियाल), गहीर (गहोत्रा), अननय (अनोत्रा).), माहेरू (महोत्रा), खार खत्री, फराड, बसुता (बसोत्रा), मसुता (मसोत्रा), धनोटा (धनोत्रा), बिलोरिया, बौनसर, जगाईत (जग्गी), बडवाल, चंदेल, वैद, इ.

लष्करी कारकीर्द

त्यांनी किंग जॉर्ज स्कूल, जालंधर (आता मिलिटरी स्कूल, चैल म्हणून ओळखले जाते) येथे शिक्षण सुरू केले आणि खडकवासला येथील राष्ट्रीय संरक्षण प्रबोधिनीत प्रवेश घेतला. 9 जून 1957 रोजी 1ल्या गोरखा रायफल्स (द मालुआन रेजिमेंट) मध्ये नियुक्त झाले, ते रेग्युमेंटच्या तिसऱ्या बटालियनमध्ये नियुक्त झाले. 1961 मध्ये, सलारिया हे कटंगा येथील बटालियनसह परदेशात तैनात होते.

बेल्जियन लोकांनी काँगो सोडल्यानंतर त्या देशात गृहयुद्धाची परिस्थिती निर्माण झाली. जेव्हा संयुक्त राष्ट्र संघाने परिस्थिती पूर्ववत करण्यासाठी लष्करी हस्तक्षेप करण्याचा निर्णय घेतला तेव्हा भारताने सुमारे 3000 जवानांच्या ब्रिगेडचे संयुक्त राष्ट्र संघात योगदान दिले. नोव्हेंबर 1961 मध्ये, संयुक्त राष्ट्र सुरक्षा परिषदेने काँगोमधील कटांगी सैन्याच्या प्रतिकूल कारवाया थांबवण्याचा निर्णय घेतला होता. यामुळे कटंगाचा अलिप्ततावादी नेता त्शोम्बे प्रचंड संतप्त झाला आणि त्याने आपली 'यूएन द्वेष' मोहीम तीव्र केली. परिणामी संयुक्त राष्ट्रांच्या कर्मचाऱ्यांवर अधिक हिंसाचार झाला.

5 डिसेंबर 1961 रोजी, 3/1 GR कंपनीने 3-इंच मोर्टारने समर्थित, मुख्यालय कटंगा कमांड आणि एलिझाबेथविले एअरफील्ड दरम्यान मोक्याच्या वेळी कटांगी सैन्याने स्थापन केलेल्या रोड-ब्लॉकवर हल्ला केला. शत्रूचा अडथळा नष्ट झाला आणि गोरखांनी तेथे UN रोडब्लॉकची स्थापना केली. कॅप्टन सलारिया यांनी आपल्या पलटणीसह गोरखा कंपनीशी संबंध जोडण्याचा प्रयत्न केला तेव्हा त्यांना जुन्या एअरफील्ड

परिसरात जोरदार विरोध झाला. शत्रूने दोन चिलखती गाड्या आणि 90 माणसे घेऊन या भागावर जोरदार ताबा मिळवला आणि उजव्या बाजूला खोदलेल्या स्थितीतून त्याच्या सैन्यावर जड स्वयंचलित आणि लहान शस्त्रांचा गोळीबार केला. शत्रूच्या श्रेष्ठ सामर्थ्याने आणि मारक शक्तीने न घाबरता, सलारियाने उद्दिष्ट साध्य करण्यासाठी शत्रूचा मुकाबला करण्याचे ठरवले. त्यानंतर गोरखांनी शत्रूवर संगीन, खुकरी आणि हँडग्रेनेड्सचा आरोप केला. या हल्ल्यात रॉकेट लाँचरने त्यांना साथ दिली. या तीव्र चकमकीत कॅप्टन सलारिया आणि त्यांच्या माणसांनी 40 शत्रूंना ठार केले आणि शत्रूच्या दोन गाड्या पाडल्या. त्याच्या धाडसी कृतीने संख्यात्मक श्रेष्ठता आणि सुसज्ज स्थान असूनही पळून गेलेल्या शत्रूला पूर्णपणे निराश केले. मात्र, व्यस्ततेत शत्रूच्या स्वयंचलित गोळीबारात कॅप्टन सलारिया यांच्या मानेला जखम झाली. दुखापतीकडे दुर्लक्ष करून, जास्त रक्तस्त्राव झाल्यामुळे तो खाली पडेपर्यंत लढत राहिला, त्यानंतर त्याच्या जखमांमुळे त्याचा मृत्यू झाला.

कॅप्टन सलारियाच्या कृतीमुळे काटांगी बंडखोरांना एलिझाबेथविले येथील यूएन मुख्यालयाला वेढा घालण्यापासून रोखले. त्यांचे नेतृत्व, धैर्य, कर्तव्याप्रती अतुलनीय निष्ठा आणि त्यांच्या वैयक्तिक सुरक्षेची अवहेलना ही भारतीय लष्कराच्या सर्वोत्तम परंपरांमध्ये होती आणि ज्यासाठी कॅप्टन गुरबचन सिंग सलारिया यांना मरणोत्तर सर्वोच्च युद्धकालीन पदक, परमवीर चक्र प्रदान करण्यात आले.

शौर्य पुरस्कार सन्मानपत्र

"5 डिसेंबर 1961 रोजी, 3/1 गोरखा रायफल्सला एलिझाबेथविले, कटंगा येथील मोक्याच्या चौकात जेंडरमेरीने उभारलेला अडथळा दूर करण्याचा आदेश देण्यात आला. योजना अशी होती की 2 स्वीडिश बख्तरबंद गाड्या असलेली एक कंपनी या स्थानावर समोरून हल्ला करेल आणि कॅप्टन गुरबचन सिंग गोरखांच्या दोन तुकड्यांसह सलारिया आणि दोन स्वीडिश बख्तरबंद कर्मचारी वाहक हे कटिंग-ऑफ फोर्स म्हणून काम करण्यासाठी एअरफिल्डपासून या रोडब्लॉकच्या दिशेने पुढे जातील.

कॅप्टन सलारिया आपल्या लहान सैन्यासह 5 डिसेंबर 1961 रोजी सुमारे 1312 वाजता रोडब्लॉकपासून 1500 यार्डच्या अंतरावर आला आणि त्याच्या उजव्या बाजूला खोदलेल्या अज्ञात शत्रूच्या स्थानावरून स्वयंचलित आणि लहान शस्त्रांच्या गोळीबारात आला. शत्रूकडे दोन चिलखती गाड्या आणि कॅप्टन सलारियाच्या छोट्या सैन्याला विरोध करणारे सुमारे 90 लोक होते.

कॅप्टन सलारिया यांनी कौतुक केले की आपण उपकंपनी अडथळे आणले होते आणि हल्ला केला होता आणि हे शत्रू सैन्य सामरिक फेरीला बळकट करू शकते आणि त्यामुळे मुख्य ऑपरेशनला धोका निर्माण करू शकतो, हा विरोध दूर करण्याचा निर्णय घेतला. त्याने संगीन, खुकरी आणि रॉकेट लाँचरद्वारे समर्थित ग्रेनेडसह आरोपाचे नेतृत्व केले. या पराक्रमात, कॅप्टन सलारियाने 40 शत्रूंना ठार केले आणि दोन चिलखती गाड्या पाडल्या. या अनपेक्षित धाडसी कृतीने संख्यात्मक श्रेष्ठता आणि संरक्षित पोझिशन्स असूनही पळून गेलेल्या शत्रूला पूर्णपणे निराश केले.

स्वयंचलित आगीमुळे कॅप्टन सलारिया यांच्या मानेला जखम झाली होती पण प्रचंड रक्तस्त्राव झाल्यामुळे ते खाली पडेपर्यंत लढत राहिले. कॅप्टन सलारियाच्या शूर कृतीमुळे मुख्य युद्धाच्या ठिकाणी शत्रूच्या सैन्याची कोणतीही हालचाल रोखली गेली आणि अशा प्रकारे मुख्य बटालियनच्या राउंडअबाउटवरील कारवाईच्या यशात मोठ्या प्रमाणात योगदान दिले आणि एलिझाबेथविले येथील यूएन मुख्यालयाला वेढा घालण्यास प्रतिबंध केला. त्यानंतर कॅप्टन सलारिया यांचा जखमांमुळे मृत्यू झाला.

कॅप्टन सलायरा यांचे वैयक्तिक उदाहरण, वैयक्तिक सुरक्षेकडे पूर्णपणे दुर्लक्ष करणे आणि निर्भीड नेतृत्वामुळे त्यांच्या सोळा गोरखांच्या लहान परंतु शूर सैन्याने त्यांच्या स्थानावर टिकून राहण्यासाठी, शत्रूवर वर्चस्व गाजवण्यास आणि संख्या आणि सामरिक स्थितीत शत्रूचे श्रेष्ठत्व असूनही प्रचंड जीवितहानी करण्यास प्रेरित केले.

कॅप्टन गुरबचन सिंग सलारिया यांचे नेतृत्व, धैर्य आणि कर्तव्याप्रती अतुलनीय निष्ठा आणि वैयक्तिक सुरक्षेकडे दुर्लक्ष करणे हे आमच्या लष्कराच्या सर्वोत्तम परंपरांमध्ये होते." परमवीर चक्र हा भारताचा सर्वोच्च युद्धकालीन लष्करी पुरस्कार प्रदान करण्यात आला.

हिल राजपूतांमध्ये अनेक सैनी वंश आहेत. सलारिया हे असेच एक कुळ. सलारिया व्यतिरिक्त काही इतर सैनी वंश, टेकड्यांवरील राजपूतांशी आच्छादित आहेत: धमरैत (धमरियाल), मंगर (मंगवाल/मंगरल), गहुनिया (गोहैना), ढेरी (धेरिया), ओघरे (ओघियाल), गहीर (गहोत्रा), अननय (अनोत्रा).), माहेरू (महोत्रा), खार खत्री, फराड, बसुता (बसोत्रा), मसुता (मसोत्रा), धनोटा (धनोत्रा), बिलोरिया, बौनसर, जगाईत (जग्गी), बडवाल, चंदेल, वैद, इ.

त्यांनी किंग जॉर्ज स्कूल, जालंधर (आता मिलिटरी स्कूल, चैल म्हणून ओळखले जाते) येथे शिक्षण सुरू केले आणि खडकवासला येथील राष्ट्रीय संरक्षण प्रबोधिनीत प्रवेश घेतला. 9 जून 1957 रोजी 1ल्या गोरखा रायफल्स (द मालुआन रेजिमेंट) मध्ये नियुक्त झाले, ते रेग्युमेंटच्या तिसऱ्या बटालियनमध्ये नियुक्त झाले. 1961 मध्ये, सलारिया हे कटंगा येथील बटालियनसह परदेशात तैनात होते.

बेल्जियन लोकांनी काँगो सोडल्यानंतर त्या देशात गृहयुद्धाची परिस्थिती निर्माण झाली. जेव्हा संयुक्त राष्ट्र संघाने परिस्थिती पूर्ववत करण्यासाठी लष्करी हस्तक्षेप करण्याचा निर्णय घेतला तेव्हा भारताने सुमारे 3000 जवानांच्या ब्रिगेडचे संयुक्त राष्ट्र संघात योगदान दिले. नोव्हेंबर 1961 मध्ये, संयुक्त राष्ट्र सुरक्षा परिषदेने काँगोमधील कटांगी सैन्याच्या प्रतिकूल कारवाया थांबवण्याचा निर्णय घेतला होता. यामुळे कटंगाचा अलिप्ततावादी नेता त्शोम्बे प्रचंड संतापला आणि त्याने आपली 'यूएन द्वेष' मोहीम अधिक तीव्र केली. परिणामी संयुक्त राष्ट्रांच्या कर्मचाऱ्यांवर अधिक हिंसाचार झाला.

5 डिसेंबर 1961 रोजी, 3/1 GR कंपनीने 3-इंच मोर्टारने समर्थित, मुख्यालय कटंगा कमांड आणि एलिझाबेथविले एअरफील्ड दरम्यान मोक्याच्या वेळी कटांगी सैन्याने स्थापन केलेल्या रोड-ब्लॉकवर हल्ला केला. शत्रूचा अडथळा नष्ट झाला आणि गोरखांनी तेथे UN रोडब्लॉकची

स्थापना केली. कॅप्टन सलारिया यांनी आपल्या पलटणीसह गोरखा कंपनीशी संबंध जोडण्याचा प्रयत्न केला तेव्हा त्यांना जुन्या एअरफील्ड परिसरात जोरदार विरोध झाला. शत्रूने दोन चिलखती गाड्या आणि 90 माणसे घेऊन या भागावर जोरदार ताबा मिळवला आणि उजव्या बाजूला खोदलेल्या स्थितीतून त्याच्या सैन्यावर जड स्वयंचलित आणि लहान शस्त्रांचा गोळीबार केला. शत्रूच्या श्रेष्ठ सामर्थ्याने आणि मारक शक्तीने न घाबरता, सलारियाने उद्दिष्ट साध्य करण्यासाठी शत्रूचा मुकाबला करण्याचे ठरवले. त्यानंतर गोरखांनी शत्रूवर संगीन, खुकरी आणि हँडग्रेनेड्सचा आरोप केला. या हल्ल्यात रॉकेट लाँचरने त्यांना साथ दिली. या तीव्र चकमकीत कॅप्टन सलारिया आणि त्यांच्या माणसांनी 40 शत्रूंना ठार केले आणि शत्रूच्या दोन गाड्या पाडल्या. त्याच्या धाडसी कृतीने संख्यात्मक श्रेष्ठता आणि सुसज्ज स्थान असूनही पळून गेलेल्या शत्रूला पूर्णपणे निराश केले. मात्र, व्यस्ततेत शत्रूच्या स्वयंचलित गोळीबारात कॅप्टन सलारिया यांच्या मानेला जखम झाली. दुखापतीकडे दुर्लक्ष करून, जास्त रक्तस्त्राव झाल्यामुळे तो खाली पडेपर्यंत लढत राहिला, त्यानंतर त्याच्या जखमांमुळे त्याचा मृत्यू झाला.

कॅप्टन सलारियाच्या कृतीमुळे काटांगी बंडखोरांना एलिझाबेथविले येथील यूएन मुख्यालयाला वेढा घालण्यापासून रोखले. त्यांचे नेतृत्व, धैर्य, कर्तव्याप्रती अतुलनीय निष्ठा आणि त्यांच्या वैयक्तिक सुरक्षेची अवहेलना ही भारतीय लष्कराच्या सर्वोत्तम परंपरांमध्ये होती आणि ज्यासाठी कॅप्टन गुरबचन सिंग सलारिया यांना मरणोत्तर सर्वोच्च युद्धकालीन पदक, परमवीर चक्र प्रदान करण्यात आले.

शौर्य पुरस्कार सन्मानपत्र

"5 डिसेंबर 1961 रोजी, 3/1 गोरखा रायफल्सला एलिझाबेथविले, कटंगा येथील मोक्याच्या चौकात जेंडरमेरीने उभारलेला अडथळा दूर करण्याचा आदेश देण्यात आला. योजना अशी होती की 2 स्वीडिश बख्तरबंद गाड्या असलेली एक कंपनी या स्थानावर समोरून हल्ला करेल आणि कॅप्टन गुरबचन सिंग गोरखांच्या दोन तुकड्यांसह सलारिया आणि दोन स्वीडिश बख्तरबंद कर्मचारी वाहक हे कटिंग-ऑफ

फोर्स म्हणून काम करण्यासाठी एअरफिल्डपासून या रोडब्लॉकच्या दिशेने पुढे जातील.

कॅप्टन सलारिया आपल्या लहान सैन्यासह 5 डिसेंबर 1961 रोजी सुमारे 1312 वाजता रोडब्लॉकपासून 1500 यार्डच्या अंतरावर आला आणि त्याच्या उजव्या बाजूला खोदलेल्या अज्ञात शत्रूच्या स्थानावरून स्वयंचलित आणि लहान शस्त्रांच्या गोळीबारात आला. शत्रूकडे दोन चिलखती गाड्या आणि कॅप्टन सलारियाच्या छोट्या सैन्याला विरोध करणारे सुमारे 90 लोक होते.

कॅप्टन सलारिया यांनी कौतुक केले की आपण उपकंपनी अडथळे आणले होते आणि हल्ला केला होता आणि हे शत्रू सैन्य सामरिक फेरीला बळकट करू शकते आणि त्यामुळे मुख्य ऑपरेशनला धोका निर्माण करू शकतो, हा विरोध दूर करण्याचा निर्णय घेतला. त्याने संगीन, खुकरी आणि रॉकेट लाँचरद्वारे समर्थित ग्रेनेडसह आरोपाचे नेतृत्व केले. या पराक्रमात, कॅप्टन सलारियाने 40 शत्रूंना ठार केले आणि दोन चिलखती गाड्या पाडल्या. या अनपेक्षित धाडसी कृतीने संख्यात्मक श्रेष्ठता आणि संरक्षित पोझिशन्स असूनही पळून गेलेल्या शत्रूला पूर्णपणे निराश केले.

स्वयंचलित आगीमुळे कॅप्टन सलारिया यांच्या मानेला जखम झाली होती पण प्रचंड रक्तस्त्राव झाल्यामुळे ते खाली पडेपर्यंत लढत राहिले. कॅप्टन सलारियाच्या शूर कृतीमुळे मुख्य युद्धाच्या ठिकाणी शत्रूच्या सैन्याची कोणतीही हालचाल रोखली गेली आणि अशा प्रकारे मुख्य बटालियनच्या राउंडअबाउटवरील कारवाईच्या यशात मोठ्या प्रमाणात योगदान दिले आणि एलिझाबेथविले येथील यूएन मुख्यालयाला वेढा घालण्यास प्रतिबंध केला.

त्यानंतर कॅप्टन सलारिया यांचा जखमांमुळे मृत्यू झाला.

कॅप्टन सलायरा यांचे वैयक्तिक उदाहरण, वैयक्तिक सुरक्षेकडे पूर्णपणे दुर्लक्ष करणे आणि निर्भीड नेतृत्वामुळे त्यांच्या सोळा गोरखांच्या लहान परंतु शूर सैन्याने त्यांच्या स्थानावर टिकून राहण्यासाठी, शत्रूवर वर्चस्व गाजवण्यास आणि संख्या आणि सामरिक स्थितीत शत्रूचे श्रेष्ठत्व असूनही प्रचंड जीवितहानी करण्यास प्रेरित

केले.

कॅप्टन गुरबचन सिंग सलारिया यांचे नेतृत्व, धैर्य आणि कर्तव्याप्रती अतुलनीय निष्ठा आणि वैयक्तिक सुरक्षेची अवहेलना ही आमच्या लष्कराच्या सर्वोत्तम परंपरा आहेत."

26

ब्रिगेडियर
कुलदीपसिंग चांदपुरी

ब्रिगेडियर कुलदीपसिंग चांदपुरी

Indian Army

Scan for Story Videos - www.itibook.com

ब्रिगेडियर कुलदीपसिंग चांदपुरी MVC, VSM (22 नोव्हेंबर 1940 - 17 नोव्हेंबर 2018) हे सुशोभित भारतीय सैन्य अधिकारी होते. 2 1971 च्या भारत-पाकिस्तान युद्धादरम्यान लोंगेवालाच्या लढाईत त्यांच्या नेतृत्वासाठी ते ओळखले जातात, ज्यासाठी त्यांना भारत सरकारने महावीर चक्र, द्वितीय सर्वोच्च भारतीय लष्करी अलंकार प्रदान केला होता. 1997 चा हिंदी चित्रपट बॉर्डर युद्धावर आधारित होता, सनी देओलने त्याची भूमिका केली होती. 3 4 2006 ते 2011 या काळात ते चंदीगड महापालिकेत नगरसेवक होते.

कुलदीप सिंग चांदपुरी यांचा जन्म 22 नोव्हेंबर 1940 रोजी मॉन्टगोमेरी, पंजाब, ब्रिटिश भारत (आता पंजाब, पाकिस्तान) येथे शीख कुटुंबात झाला. 5 त्यानंतर त्यांचे कुटुंब बालचौरमधील चांदपूर रुरकी या त्यांच्या मूळ गावी गेले. ते एनसीसीचे सक्रिय सदस्य होते आणि 1962 मध्ये सरकारी महाविद्यालय, होशियारपूरमधून पदवी प्राप्त केल्यानंतर त्यांनी एनसीसी परीक्षा उत्तीर्ण केली. 5 चांदपुरी ही त्यांच्या कुटुंबातील तिसरी पिढी होती ज्यांनी भारतीय सैन्यात अधिकारी म्हणून काम केले आहे. त्यांचे दोन्ही धाकटे काका भारतीय

हवाई दलात फ्लाइंग ऑफिसर होते. चांदपुरी हा त्याच्या आई-वडिलांचा एकुलता एक मुलगा होता.

1963 मध्ये चांदपुरी यांनी ऑफिसर्स ट्रेनिंग अकादमी, चेन्नई येथून 3री बटालियन, पंजाब रेजिमेंट (3री पंजाब) मध्ये नियुक्त केले, जी भारतीय सैन्यातील सर्वात जुनी आणि सर्वात सुशोभित रेजिमेंटपैकी एक आहे. १९६५ च्या भारत-पाकिस्तान युद्धात त्यांनी वेस्टर्न सेक्टरमध्ये भाग घेतला होता. युद्धानंतर, त्यांनी गाझा (इजिप्त) येथे संयुक्त राष्ट्रांच्या आपत्कालीन दलात (UNEF) एक वर्ष सेवा केली. त्यांनी मध्य प्रदेशातील महू येथील प्रतिष्ठित इन्फंट्री स्कूलमध्ये दोनदा प्रशिक्षक म्हणून काम केले.

1971 च्या भारत-पाकिस्तान युद्धाच्या सुरुवातीला पाकिस्तानी सैन्याने राजस्थान, भारतातील लोंगेवाला चौकीवर हल्ला केला तेव्हा कुलदीप सिंग चांदपुरी हे 23 पंजाबमधील प्रमुख होते. चांदपुरी आणि त्यांच्या 120 सैनिकांच्या कंपनीने अत्यंत प्रतिकूल परिस्थिती असूनही, पोस्टचे रक्षण केले. 22 व्या आर्मर्ड रेजिमेंटच्या पाठिंब्याने पाकिस्तानी 51 व्या पायदळ ब्रिगेडचे 2000-3000 मजबूत आक्रमण दल. चंदपुरी आणि त्यांच्या कंपनीने भारतीय हवाई दल सकाळी हवाई मदतीसाठी येईपर्यंत रात्रभर पाकिस्तानी लोकांना वेठीस धरले.

चांदपुरी यांनी आपल्या माणसांना प्रेरित केले, बंकर ते बंकरकडे जाण्यासाठी, त्यांना मजबुतीकरण येईपर्यंत शत्रूला पराभूत करण्यास प्रोत्साहित केले. चंदपुरी आणि त्याच्या माणसांनी शत्रूला मोठ्या प्रमाणात घातपात घडवून आणला आणि बारा टाक्या मागे सोडून त्यांना माघार घ्यायला लावली. त्यांच्या विलक्षण शौर्य आणि नेतृत्वासाठी, चांदपुरी यांना भारत सरकारने महावीर चक्र (MVC) प्रदान केले.

चांदपुरी हे लष्करातून ब्रिगेडियर म्हणून निवृत्त झाले.

मेजर कुलदीप सिंग चांदपुरी हे पंजाब रेजिमेंटच्या एका कंपनीचे नेतृत्व करत होते, ज्याने राजस्थान सेक्टरमधील संरक्षित परिसर व्यापला होता. 5 डिसेंबर 1971 रोजी पहाटेच्या सुमारास शत्रूने पायदळ आणि रणगाड्यांसह या भागावर जोरदार हल्ला केला. मेजर चांदपुरी यांनी त्यांची आज्ञा अखंड आणि स्थिर ठेवण्यासाठी गतिशील नेतृत्वाचे

प्रदर्शन केले.

अपवादात्मक धैर्य आणि दृढनिश्चय दाखवून, त्याने आपल्या माणसांना बंकरपासून बंकरकडे जाण्यास प्रेरित केले आणि सैन्यदल येईपर्यंत शत्रूला पराभूत करण्यास प्रोत्साहित केले. या शौर्यपूर्ण संरक्षणात त्यांनी शत्रूचा मोठा घात केला आणि त्यांना बारा टाक्या सोडून माघार घ्यायला भाग पाडले.

या कारवाईत मेजर कुलदीपसिंग चांदपुरी यांनी भारतीय लष्कराच्या सर्वोच्च परंपरेचे पालन करून विलक्षण शौर्य, प्रेरणादायी नेतृत्व आणि कर्तव्याप्रती असाधारण निष्ठा दाखवली.

27

कॅप्टन अनुज नय्यर

कॅप्टन अनुज नय्यर

Indian Army

Scan for Story Videos - www.itibook.com

कॅप्टन अनुज नय्यर यांचा जन्म 28 ऑगस्ट 1975 रोजी दिल्लीत झाला आणि तोही तिथेच वाढला. त्यांचे वडील एसके नय्यर यांनी दिल्ली स्कूल ऑफ इकॉनॉमिक्समध्ये व्हिजिटिंग प्रोफेसर म्हणून काम केले तर आई मीना नय्यर यांनी दिल्ली विद्यापीठाच्या साऊथ कॅम्पस लायब्ररीसाठी काम केले. कॅप्टन नय्यर यांनी आर्मी पब्लिक स्कूल, नवी दिल्ली येथून शालेय शिक्षण पूर्ण केले आणि ते 1993 च्या बॅचचे होते. तो एक हुशार विद्यार्थी होता ज्याने शैक्षणिक तसेच खेळामध्ये सातत्याने चांगली कामगिरी केली. त्यांनी नॅशनल डिफेन्स अकादमी (90 वा कोर्स, इको स्क्वाड्रन) मधून पदवी प्राप्त केली आणि नंतर जून 1997 मध्ये जाट रेजिमेंटच्या 17 व्या बटालियनमध्ये नियुक्त झाले.

कारगिल युद्ध: ०७ जुलै १९९९

1999 च्या दरम्यान, कॅप्टन अनुज नय्यरची तुकडी J&K मध्ये LOC वर तैनात होती. 1999 मध्ये, भारतीय सैन्याने जम्मू-काश्मीरच्या कारगिल भागात पाकिस्तानी लष्करी आणि निमलष्करी दलांनी मोठ्या प्रमाणावर घुसखोरी केल्याचे आढळून आले. पाकिस्तानी घुसखोरांना भारतीय हद्दीतून हुसकावून लावण्यासाठी लष्कराने त्वरीत आपले सैन्य एकत्र केले. कॅप्टन नय्यर, 17 जाट रेजिमेंटमधील

कनिष्ठ कमांडर, या प्रदेशात तैनात असलेल्या 500,000 हून अधिक भारतीय सैन्यांपैकी एक होते. त्याच्या पहिल्या मोठ्या ऑपरेशनमध्ये पं. 4875, ज्याला पिंपल II म्हणूनही ओळखले जाते, टायगर हिलच्या पश्चिमेकडील एक मोक्याचे पर्वत शिखर जे पाकिस्तानी घुसखोरांच्या ताब्यात होते. मोक्याच्या ठिकाणामुळे पं. भारतीय लष्करासाठी 4875 ही सर्वोच्च प्राथमिकता होती. समुद्रसपाटीपासून 15,990 फूट उंचीवर असलेल्या या शिखराला अत्यंत उंच उतार होता. जर टायगर हिल पुन्हा ताब्यात घ्यायचे असेल तर कारगिलमधील Pt 4875 मधून पाकिस्तानी नियमित लोकांना बाहेर काढणे महत्वाचे होते. कॅप्टन नय्यर यांच्या चार्ली कंपनीला 07 जुलै 1999 रोजी कोणत्याही हवाई समर्थनाची वाट न पाहता शिखर सुरक्षित करण्याचे काम देण्यात आले.

पं.वरील हल्ल्याच्या सुरुवातीच्या टप्प्यात. 4875, कॅप्टन नय्यरचे कंपनी कमांडर मेजर रितेश शर्मा जखमी झाले आणि त्यांना बाहेर काढण्यात आले. कारगिल युद्धातच कॅप्टन पदावर बढती मिळालेल्या कॅप्टन नय्यर यांनी कंपनी कमांडर म्हणून पदभार स्वीकारला. सुरुवातीच्या धक्क्यानंतर, आक्रमण पथक दोन गटात विभागले गेले, एकाचे नेतृत्व कॅप्टन विक्रम बत्रा आणि दुसरे कॅप्टन नय्यर. पाकिस्तानी घुसखोरांनी पं.वर अनेक बंकर बांधले होते. 4875 आणि कॅप्टन नय्यरची टीम, ज्यात 7 जवान होते, 4 शत्रूचे बंकर होते. कंपनीने पं. 4875 या दरम्यान ते पाकिस्तानी घुसखोरांकडून जोरदार तोफखाना आणि मोर्टारच्या गोळीबारात आले. तथापि, सैन्याने पलटवार केला, ज्यात हाताशी लढाईचाही समावेश होता, ज्यामुळे पाकिस्तानी सैनिकांना माघार घ्यावी लागली. युद्धादरम्यान, कॅप्टन नय्यरने 9 पाकिस्तानी सैनिकांना ठार केले आणि तीन मध्यम मशीन गन बंकर नष्ट केले.

कॅप्टन नय्यर यांच्या नेतृत्वाखाली, कंपनीने चारपैकी तीन बंकर यशस्वीपणे साफ केले आणि शेवटच्या उरलेल्या बंकरवर हल्ला सुरू केला. चौथा बंकर साफ करताना, शत्रूच्या रॉकेट-प्रोपेल्ड ग्रेनेडने थेट कॅप्टन नय्यरला धडक दिली. गंभीर जखमी होऊनही कॅप्टन नय्यरने आपल्या कंपनीतील उर्वरित माणसांचे नेतृत्व करणे सुरूच ठेवले.

पं.वरील शेवटचा बंकर साफ करण्याआधी तो त्याच्या दुखापतीमुळे मरण पावला. 4875. चार्ली कंपनीच्या कॅप्टन नय्यर यांच्या टीममधील एकही सैनिक युद्धात वाचला नाही. दोन दिवसांनी पं. 4875 सुरक्षित करण्यात आले, त्यावर पाकिस्तानी घुसखोरांनी प्रतिहल्ला केला ज्या दरम्यान कॅप्टन बत्रा यांच्या नेतृत्वाखाली चार्ली कंपनीच्या दुसऱ्या टीमने शिखराचे यशस्वीपणे रक्षण केले. पिंपल कॉम्प्लेक्स परिसर सुरक्षित केल्याने टायगर हिल पुन्हा ताब्यात घेण्याचा मार्ग मोकळा झाला ज्यामुळे अखेरीस पाकिस्तानला त्यांच्या सैन्याने संघर्षपूर्व स्थितीत मागे हटण्यास भाग पाडले.

कॅप्टन नय्यर यांनी प्रतिकूल परिस्थितीत आघाडीतून नेतृत्व करताना शत्रूचा सामना करताना अत्यंत धैर्य आणि धैर्य दाखवले. त्याचे धैर्य आणि नेतृत्व त्याच्या सैन्यासाठी प्रेरणादायी होते. त्याचा आपल्या सैन्याच्या सदस्यांवर इतका खोल प्रभाव पडला की जाट रेजिमेंटचे सहकारी सैनिक तेजबीर सिंग यांनी कॅप्टन अनुज नय्यर यांच्या सन्मानार्थ आपल्या मुलाचे नाव अनुज ठेवले. कॅप्टन अनुज नय्यर यांना देशाचा दुसरा सर्वोच्च शौर्य पुरस्कार, "महावीर चक्र" त्यांच्या अपवादात्मक धैर्य, अखंड लढण्याची भावना आणि सर्वोच्च बलिदानासाठी देण्यात आला.

06 जुलै 1999 रोजी, चार्ली कंपनीला मुश्कोह व्हॅलीमधील पॉइंट 4875 च्या वेस्टर्न स्लोपवरील पिंपल कॉम्प्लेक्सचा एक भाग असलेले उद्दिष्ट कॅप्चर करण्याचे काम देण्यात आले. हल्ल्याच्या सुरुवातीला कंपनी कमांडर जखमी झाला आणि कंपनीची कमान कॅप्टन अनुज नय्यर यांच्यावर गेली. कॅप्टन नय्यरने शत्रूच्या जोरदार तोफखाना आणि मोर्टारच्या गोळीबारात आपल्या आघाडीच्या प्लाटूनला हल्ल्याची आज्ञा दिली. पलटण पुढे जात असताना, अग्रगण्य विभागात 3 ते 4 शत्रूच्या स्थानांची माहिती दिली. कॅप्टन नय्यर शत्रूच्या पहिल्या स्थानाकडे पुढे सरसावले आणि रॉकेट लाँचरने गोळीबार केला आणि त्यात ग्रेनेड पाडले.

त्यानंतर कॅप्टन नय्यरसह या विभागानं शारीरिक अत्याचार करून पोझिशन साफ केली. शत्रू, जो चांगल्या प्रकारे घुसला होता, त्याने

स्वयंचलित फायरचा प्रचंड आवाज आणला. कॅप्टन अनुज नय्यर, आपल्या वैयक्तिक सुरक्षेबद्दल बेफिकीर, आपल्या जवानांना प्रेरित केले आणि शत्रूच्या आणखी दोन जागा साफ केल्या. चौथी पोझिशन साफ करत असताना शत्रूच्या रॉकेटने चालवलेला ग्रेनेड हा अधिकारी जागीच ठार झाला. कॅप्टन अनुज नय्यर यांच्या नेतृत्वाखालील या कारवाईमुळे शत्रूचे नऊ सैनिक मारले गेले आणि शत्रूच्या तीन मध्यम मशीन गन पोझिशन्सचा नाश झाला. या धाडसी अधिकाऱ्याच्या उत्कृष्ट वैयक्तिक शौर्य आणि अनुकरणीय कनिष्ठ नेतृत्वामुळे अल्पशा धक्क्यानंतर हे ऑपरेशन यशस्वी झाले. कॅप्टन अनुज नय्यर यांनी अदम्य दृढनिश्चय, धैर्य आणि दृढनिश्चय दर्शविला आणि कर्तव्याच्या पलीकडे जाऊन वैयक्तिक उदाहरणाद्वारे आपल्या कमांडला प्रेरित केले आणि भारतीय सैन्याच्या खऱ्या परंपरेत सर्वोच्च बलिदान दिले.

Printed in the USA
CPSIA information can be obtained
at www.ICGtesting.com
LVHW090026191123
764224LV00063B/2311